மொழியும், மொழி புனையும் கோலங்களும்

தங்க.ஜெயராமன்

க்ரியா

Mozhiyum, Mozhi Punaiyum Kolangkalum - *a collection of essays in Tamil by*
Thanga Jayaraman

© *Thanga Jayaraman*

First Edition: **February, 2025**

Published by
Cre-A:
No. 58 TNHB Colony,
Sanatorium, Tambaram,
Chennai – 600 047.
Mobile: 72999 05950
Email: creapublishers@gmail.com,
           crea@crea.in
Website: www.crea.in

Printed at
Sudarsan Graphics Pvt. Ltd.,
Chennai- 600 041

ISBN: 978-81-965855-2-5

Price: Rs. 225

உள்ளடக்கம்

மொழியும், மொழி புனையும் கோலங்களும் 5

இலக்கியம்

1. இமையத்தின் 'செல்லாதபணம்' 11
2. 'மால்குடி மனிதர்கள்' - முன்னுரை 19
3. கொள்ளைநோய் தந்த இலக்கியம் 26
4. நம் கல்விமுறைக்கு முறி மருந்து 30
5. கதையில் தன்னைக் கரைத்துக்கொள்ளும் கதாசிரியர் இமையம் 33
6. 'நட்சத்திரம் நகர்கிறது'- பா. இரஞ்சித்தின் அழகியல் 38

மொழி

1. தமிழுக்குத் தேவை மாற்றங்களை ஏற்கும் நெகிழ்ச்சி 47
2. எழுத்துத் தமிழுக்கு ஏன் இந்தக் கூச்சம்? 51
3. சொற்கள் எனும் சதுரங்கக் காய்கள் 56
4. 'ஒன்றியம்' - ஒரு சொல்லுக்கு வந்த வல்லமை 61
5. ஒரு கலைச்சொல் எப்போது சொல்லாகிறது? 65
6. ஆட்சிச் சொல் அகராதிக்குத் தற்காலத் தமிழோடு வந்த ஒவ்வாமை 70

கல்வி

1. அண்ணமலைப் பல்கலைக்கழகம் இனி என்னவாகும்? 83
2. தமிழக உயர்கல்வியின் யதார்த்தங்கள் 87
3. தன்னட்சியை இழக்கும் பல்கலைக்கழகங்கள் 97
4. ஓர் ஆங்கில ஆசிரியரின் ஒப்புதல் வாக்குமூலம் 101

அரசியல்

1. நாளைய சட்டமன்றத்திற்கு வேலையே வேண்டாமா? 113
2. அரசியல் பஞ்சைகளை அடையாளம்காட்டவா சாதிவாரிக் கணக்கு? 117
3. சபையை மதிக்காத நம் ஜனநாயகம் 121
4. திராவிட அரசுக்கு முருகனோடு வந்த நெருக்கம் 125

மொழியும், மொழி புனையும் கோலங்களும் ஆசிரியர் பார்வையில்...

கட்டுரைத் தொகுப்பில் மொழி பற்றிய இரண்டு நூல்களுக்கான என் விமர்சனங்களும் உண்டு. நூல்களில் ஒன்று இ. அண்ணாமலையின் 'தமிழ் இன்று - கேள்வியும் பதிலும்'. இது தமிழின் சமூக-மொழியியல் அம்சங்கள் தொடர்பான சிறந்த விவாதம். மற்றொன்று செ.வே. காசிநாதனின் 'விற்கன்ஸ்ரைன்: மொழி, அர்த்தம், மனம்'. இது தமிழ்ச் சமுதாயத்திற்கு இதுவரை அதிகம் பழக்கமில்லாத மொழித் தத்துவம் என்ற அறிவுப் புலத்தை அறிமுகம் செய்யும் சுவாரசியமான நூல். விமர்சன வழியில் நான் எதுவும் சொல்லவில்லை என்பதால் என் கட்டுரைகள் இந்த நூல்களின் மிகச் சிறிய சுருக்கம் என்பது பொருத்தமாக இருக்கும். நூல்களின் முக்கியத்துவம் கருதி இவற்றின் பொருள்பற்றியும், இதர கட்டுரைகளின் சிறிய விளக்கமாகவும் இந்தக் குறிப்பு.

தமிழ் தொடர்பான நம் சமுதாயத்தின் செயல்பாடுகள் பல தசாப்தங்களாகவே தீவிரப்படுபவை. ஆனால், பொதுவாக மொழி என்ற சமூக ஏற்பாட்டைப் புரிந்துகொள்ளும் நம் முயற்சியில் இந்தத் தீவிரத்தைக் காண இயலாது. ஒன்றை ஒன்று வலுப்படுத்திய வாறே இணையாகப் பயணிக்க வேண்டிய இந்த இரண்டும், ஒன்று மற்றொன்றைக் கண்டுகொள்ளாமலேயே நகரும் புதிர் இது.

ஒரு கூட்டத்தில் பேசும்போது சமூக, பொருளாதார, அரசியல் நிலவரங்களைப் போலவே மொழியின் கூறுகளும் மாறும்; தமிழிலும் அப்படித்தான்; மாற்றங்களைத் தவிர்க்க நமக்கு இயலாது என்று சொன்னேன். கூட்டத்தில் இருந்த சிலரால் இதை ஏற்றுக் கொள்ளவே முடியவில்லை. அவர்கள் பெரும்பாலும் வணிகர்கள் என்பதால் 'பலசரக்குக் கடை', 'மளிகைக் கடை', 'பல்பொருள் அங்காடி' என்று கடைகளின் பெயர்ப் பலகைகள் காலந்தோறும் மாறுவதை காட்டிப் பேசினேன்; ஆனாலும் அவர்கள் சமாதானம் ஆகவில்லை. சொற்களும், அவற்றின் பொருளும், இலக்கணமும், ஒலியும்கூட மாறும் என்பது மொழிக்கு வரும் கேடாக அவர்கள் நினைத்துக்கொள்வது எனக்குப் புரிந்தது.

இந்த அனுபவத்தை நான் பேராசிரியர் இ. அண்ணாமலையிடம் சொன்னபோது அவர், "நீங்கள் குறிப்பிடும் புதிரோடு இன்னொரு புதிரையும் சேர்த்துக்கொள்ளலாம்" என்றார். "செம்மொழித் தமிழ் தற்கால மொழியாகத் தொடர்வது, செம்மொழிகளான லத்தீன் மொழிக்கும் சமஸ்கிருதத்துக்கும் இல்லாத பெருமை. தமிழ் மொழி காலத்துக்கேற்ப மாறாமல் இது சாத்தியப்பட்டது என்று நம்புவது இன்னொரு புதிர்" என்று விளக்கினார். லத்தீனும் சமஸ்கிருதமும் காலப்போக்கில் வரும் மாற்றங்களை வாங்கிக் கொள்ளாததால் கிட்டத்தட்ட வழக்கொழிந்தன.

வழக்கமாக மொழியை உருவகப்படுத்துகிறோம். அந்த உருவகம் காட்டும் பிம்பத்திலேயே மனம் லயித்துவிடுவதால், மொழியில் மாற்றங்கள் என்பது அதன் கோலம் கலைவதைப் போல் நமக்குக் கசந்துவிடுகிறது. ஒரு சாதாரண மொழியியல் உண்மை இங்கே உளவியல் சார்ந்த பிரச்சினையாவதைப் பார்க்கிறோம். இ. அண்ணாமலையின் நூல், இந்த வழியில் பிறக்கும் பிரச்சினைகள் பலவற்றை எளிய மொழி நடையிலும், உரையாடல் பாங்கிலும், தர்க்க ஒழுங்கின் அழுத்தத்தோடு சொல்கிறது.

ஆர்வலர்களின் மொழிபற்றிய சராசரி சிந்தனைக்கும், நம் கல்விக் கூடங்களின் மொழிபற்றிய சிந்தனைக்கும் தன்மையில் வேறுபாடு எதுவும் தெரியவில்லை. இது நம்மிடையே உள்ள மற்றொரு புதிர். மொழியியல் கருத்துகளையும், மொழித் தத்துவ முடிபுகளையும் எதிர்கொள்ளும் முதிர்ச்சியை நம் சமுதாயம் இனிமேல்தான் அடைய வேண்டும் என்பது வியப்பு.

இலக்கியத்தில் வரும் சங்கதிகளை, அவை உள்ளவாறே, வரலாற்று உண்மைகளாகக் கொள்வதை ஆய்வேடுகளில்கூடப் பார்க்கிறோம். இலக்கியமும் வரலாறும் மொழியின் வெவ்வேறு பயன்பாடுகள். வரலாற்றை வாசிப்பதுபோல் இலக்கியத்தை வாசிக்க இயலாது. இலக்கியம் சமுதாயத்தைப் பிரதிபலிக்கும்; ஆனால், கண்ணாடி என் முகத்தைப் பிரதிபலிப்பதைப்போல் அல்ல. மொழிபற்றிய தத்துவத்தில் நமக்கு ஆர்வம் பிறக்குமானால் நம் அரசியலே மாறக் கூடும். செ.வே. காசிநாதனின் நூலை வாசிப்பவர்கள் இதையும், மொழித் தத்துவம் நாம் பிரச்சினைகளாகக் காணும் வேறு எவற்றை யெல்லாம் எளிதில் சிக்கறுத்துத் தரும் என்பதையும் வியப்போடு புரிந்துகொள்வார்கள். உடன் அமர்ந்து பேசும் சரள நடையில், நமக்கு இன்றும் நூதனமாகவே இருக்கும் சிக்கலான சங்கதிகளை விவாதிக்கத் தமிழைத் தயாரித்திருப்பது செ.வே. காசிநாதனின் சாதனை.

நம் மொழிப் பற்று மொழி இயலுடனும், மொழிபற்றிய தத்துவத் துடனும் சேர்ந்து ஆழப்பட்டு, மேலும் நுட்பமடைய வேண்டும். இந்த நுட்பக் குறை நம் மொழி வளர்ச்சி முயற்சிகளைப் பல வகை களில் பாதிக்கும். மொழித் தூய்மையில் நமக்கு வளர்ந்துள்ள அதீதப் பற்று நம் கலைச்சொல்லாக்கத்தை எப்படி வழிநடத்துகிறது என்பதைப் பாருங்களேன்! பிற மொழியின் தடயங்களை நீக்க வேண்டும் என்ற ஆர்வத்தில் நாம் சொல்வது கேட்பவருக்குப் புரிய வேண்டுமே என்ற முதன்மையான அக்கறையைக் கழித்துக்கொள்ளத் தயாராகிவிடுகிறோம். பொதுவாகவே மொழிபற்றிய நம் சொல் லாடலில் உணர்வுப்பூர்வமானவை அதிகம்; கறாரான சிந்தனை வழி உள்ளீடு குறைவு. நம் வாசகர்கள் எந்த வகைச் சொல்லாடலில் ஆர்வம் காட்டுகிறார்கள் என்பதிலும் இந்த நிலைமைக்கான காரணம் இருக்கக்கூடும். அவர்களை நாம்தான் அப்படிப் பயிற்றுவித்தோம் என்று சொல்வதற்கும் இடம் உண்டு.

என் பழைய கட்டுரை ஒன்றில் நவீனகால அரசியலைப் பேசு வதற்கு ஒரு மொழியை உருவாக்கித் தந்தது திராவிட இயக்கத்தின் சாதனை என்று குறிப்பிட்டிருந்தேன். அதை நினைவில் வைத்திருந்த பேராசிரியர் இ. அண்ணாமலை, ‘‘திராவிட இயக்கம் மொழி அரசியலைப் பற்றிப் பேசத் தந்தது உணர்வு மொழி, பெருமை மொழி, மிகை மொழி என்ற அளவில் அது வேறுபட்டு நிற்கிறது. ஒரு கருத்தை நிலைநாட்டத் தேவையான தர்க்க மொழியை அது உருவாக்கவில்லை என்று சொல்லலாம்’’ என்றார். நான் குறிப் பிட்டது நவீனத்துவ அரசியலின் மொழி. ஆனாலும், மொழி அரசியலின் சொல்லாடல்களில் இ. அண்ணாமலை காட்டும் இந்த வேறுபாட்டை நான் முழுமையாக ஏற்றுக்கொள்வேன். என் அனுபவமும் அதுதான்.

மொழியைப் பற்றிப் பேசும்போது கல்விப் புலத்தில் இருக்கும் என்னைப் போன்ற ஒருவரிடம் நம் சமுதயம் எதை எதிர்பார்க்கிறது என்பதை என்னால் கணிக்க முடியவில்லை. சில ஆண்டுகளுக்கு முன்பு, தஞ்சாவூர் தமிழ்ப் பல்கலைக்கழகம் ‘சொல்லேர்’ என்ற தலைப்பில் பேச என்னை அழைத்திருந்தது. நம் நீதி நூல் களில், சொற்களுக்கும் அவற்றின் பொருளுக்கும் பின்னால் ஒரு சிறந்த தர்க்க மரபு தெரிகிறது என்பதைப் பேசினேன். விரிவாகச் சொல்ல வேண்டும் என்றால், ‘‘ஆதிபகவன் முதற்றே உலகு’’ என்ற முடிவுக்குத் திருவள்ளுவர் எந்தெந்தத் தர்க்கக் கட்டங்களைக் கடந்து

வந்திருப்பார் என்று காட்டினேன். மாணவர்களும் பேராசிரியர்களுமாக, சுமார் இருநூறு பேர் இருந்த சபையில் என் பேச்சு எடுபடவில்லை. என்னை உரையாற்ற அழைத்திருந்த நண்பருக்கும் சங்கடமாகியிருக்கும். உண்மையில், நான் அங்கு பேசியது Springer Meteor என்ற பதிப்புத் தளத்தின் 'A Handbook of Indian Logical Thought' நூலுக்காக ஏற்றுக்கொள்ளப்பட்டிருந்த என் ஆங்கிலக் கட்டுரையின் சாரம். தர்க்கமும் மொழியின் அங்கம் என்று ஏற்க நம் சமுதாயம் இன்னும் தயாராகவில்லை என்று என்னை நானே தேற்றிக்கொண்டோ, ஏமாற்றிக்கொண்டோ அங்கிருந்து விடை பெற்றுத் திரும்பினேன்.

தொகுப்பில் உள்ள மற்ற கட்டுரைகளில் பெரும்பாலானவை ஏதாவது ஒரு வகையில் மொழியோடு தொடர்பு உள்ளவை. கட்டுரை, கல்வி பற்றியதாக இருந்தாலும் அது மொழிக் கல்வி பற்றிப் பேசும். மொழிபெயர்ப்பு, சொல்லாக்கம், சொல்லின் பொருளை மையப்படுத்திய அரசியல்—இவை பற்றியும் கறாரான கல்விப் புலக் கண்ணோட்டத்தில் சில கட்டுரைகள். இலக்கியப் பகுதியில் நான் சேர்த்திருப்பவை என் ரசனைக்கு உவப்பான படைப்புகள் என்பதைத் தவிர அவற்றின் தேர்வுக்கு வேறு சித்தாந்த அடிப்படைகள் கிடையாது. கட்டுரைகளில் வழக்கமான இலக்கிய விமர்சனக் கோட்பாடுகள் எதையும் நான் பின்பற்றவில்லை. நம் கல்வித் திட்டங்களில் தத்துவம் முற்றாக விலக்கப்படுவது பெரிய இழப்பு என்பதை சுந்தர் சருக்கையின் 'சிறுவர்களுக்கான தத்துவம்' படிப்பவர்கள் ஏற்பார்கள்.

தற்கால அரசியல் நிகழ்வுகளை விவாதிக்கும் மூன்று கட்டுரைகள் அரசியல் அறிவியலைச் சார்ந்தவை.

கட்டுரைகளைப் பிரசுரித்த 'இந்து தமிழ் திசை' நாளிதழ், 'அருஞ் சொல்' மின்னிதழ், 'தலித்' இருமாத இலக்கிய இதழ் ஆகியவற்றுக்கு என் நன்றி. எனக்குக் கட்டுரையாளன் என்ற அடையாளத்தை உருவாக்கித் தந்த 'இந்து தமிழ் திசை' ஆசிரியர் குழுவுக்கும் என் மனமார்ந்த நன்றி.

திருவாரூர்   தங்க. ஜெயராமன்

23-11-2024

இலக்கியம்

1. இமையத்தின் 'செல்லாத பணம்'

சம்பவம் என்று ஒன்று வேண்டுமென்றால் கதைக்கு வெளியே ஒரேயொரு சம்பவம். கதைக்கு வெளியே நிகழ்ந்து நாவலுக்கு உள்ளே வரும் சம்பவம் அது. அதை வாசகர்கள் நேரில் காண்பதில்லை. பாத்திரங்கள் சொல்வதன் வழியாகத்தான் அதை வாசகர்கள் அறிவார்கள். அந்தச் சம்பவம் எப்படி நடந்தது என்றும் வாசகர்கள் தெரிந்துகொள்ள முடியாது. ரேவதி தீக்குளித்துவிட்டாள். இல்லை, ரவி அவளைக் கொளுத்திவிட்டான். அதுவும் இல்லை, ரேவதி சமைக்கும்போது தற்செயலாக நடந்தது. இப்படிச் சில ஊக முடிச்சுகள் நெருடலாம். ஆனால், அவற்றைச் சாமர்த்தியமாக இறுக்கி, அவற்றை அவிழ்க்கும் துடிப்பைத் தூண்டி, அதைக் கொண்டு நகரவில்லை இந்த நாவல். இது கதையை விழுங்கி, செரிக்கத் திறனில்லாமல், அதை இழுத்துக்கொண்டு நகரும் நாவல் அல்ல.

சம்பவங்களையும், அவை கதைக்குத் தரும் வலுவையும் ஒதுக்கித் தள்ளி, வேறொரு புலத்தில் வளரும் இந்த நாவலுக்குச் சம்பவத்தின் விவரங்கள் எதற்கு? அவற்றின் உண்மையும் பொய்மையும் ஏன் விசாரணைக்கு உள்ளாக வேண்டும்? இவற்றைக் கடந்த மற்றொரு மெய்யை, நமக்கு என்றைக்குமே பிடிபடாத மெய்யை, நாம் எப்போதும் போல் தேடுகிறோம். சம்பவம் குறித்து யார் யார் என்ன சொன்னார்கள், எப்படி நடந்துகொண்டார்கள், ஒவ்வொருவரும் மற்றவர்கள் எப்படி நடந்துகொள்ள வேண்டும் என்று நினைத் தார்கள்—இவைதான் நாவல். வாசகர்களாகிய நாம் இவற்றில் எதை ஏற்கலாம், நிச்சய புத்தியோடு எதை மறுக்கலாம் என்றெல்லாம் நமக்குத் தோன்றாது. பாத்திரங்கள் ஒவ்வொன்றின் நிலைப்பாடும் அபத்தம் என்று தோன்றும். ஆனால், நமக்கும் ஒரு நிலைப்பாடு சாத்தியப்படாது. நாம் ஒட்டிக்கொண்டிருந்த தர்ம, நியாயக் கோட்பாடுகளிலிருந்து பெரும் காற்றில் நாம் உதிர்ந்துவிட்டது போன்ற உணர்வு நமக்கு.

‘ரவி தன்னைத் தீ வைத்துக் கொளுத்தினான்’ என்றுதான் ரேவதி சொல்ல வேண்டும்; அவனிடம் அவள் பட்ட வாதனைகளுக்கு அவள் அப்படித்தான் சொல்வாள். ரேவதியின் அப்பா நடேசன், அம்மா அமராவதி, அண்ணன் முருகன் இன்னும் எல்லா உறவினர்களின் எதிர்பார்ப்பும் இதுதான். அவள் அப்படிச் சொல்லவில்லை என்பதால் அவர்கள் ஏமாந்தார்களா? அப்படி ஓர் ஏமாற்றம் அங்கே இல்லை. தங்களின் பழி உணர்ச்சிக்கு அவர்களே கூசுவதை அவ்வப்போது அவர்கள் புத்திக்குத் தோன்றும் கௌரவத் தர்க்கத்தைப் பேசி மறைக்கிறார்கள். ‘‘எம் பொண்ணே இல்லாதப்ப நான் கேசு நடத்தி என்னா செய்யப்போறேன்? ஸ்டேஷன்ல அடிவைக்கக் கூடாது, கோர்ட்டுல அடிவைக்கக் கூடாதுங்கற ஒரே காரணத்துக்காகத்தான் எம் பொண்ண ஆறு வருஷமா அவங்கூட விட்டு வச்சிருந்தன். இப்பவும் அதனாலதான் விட்டுட்டுப் போறன்.’’ ரேவதியின் தந்தை நடேசன் தன்னை இப்படிச் சமாதானப்படுத்திக்கொண்டு, மற்றவர்களுக்கும் நியாயப்படுத்துகிறார். கருவிக்கொண்டே இருந்த உறவினர்கள் ‘‘வாழ்வதற்கும் அதிர்ஷ்டம் வேண்டும்’’ என்ற விளக்கத்துக்குள் ஒளிந்துகொள்கிறார்கள். ‘‘இன்னும் ஒரு மணி நேரம் முடியட்டும் அவனப் பாத்துக்கிறன்’’ என்று பல்லைக் கடிக்கும் ரேவதியின் தமையன் முருகன், ‘‘செத்துப்போன பிறகு சவம் அவன் வீட்டுக்குப் போகணுமா, நம்ம வீட்டுக்குப் போகணுமான்னு என்ன கணக்கு இருக்கு? அமைதியா அவ நெருப்புல எரியணும். ஏற்கனவே எரிஞ்சிட்டா’’ என்று சொல்லிக் குலுங்கி அழுகிறான். வஞ்சம் பெரிதல்ல, கௌரவம்தான் பெரிது என்ற ஞான வைராக்கியப் போர்வையை அவர்கள் போர்த்திக்கொண்டாலும் அம்மணமாகத் தெரிகிறார்கள்.

தன்னுடைய பெருந்தன்மையை ரவி உணரட்டும் என்றுதான் ‘தற்செயல் நிகழ்வு’ என்ற பொய்யை ரேவதி சொன்னாளா? அப்படி ஒரு சுயபெருமிதக் குற்றத்தை அவளிடம் காண முடியாது. ரேவதி தன் அம்மாவிடம், ‘‘நடந்ததெல்லாம் ஆக்சிடண்டு, விட்டுத்தள்ளு. யாரயும் குத்தம்சொல்லாத. யாரையும் திட்டாத. நான் வீட்டுக்கு வந்ததும் வேலக்கிப் போவணும். அவ்வளவுதான். அதுதான் எனக்கு இப்ப ஆச.’’ இவள் பிழைத்தா வரப்போகிறாள்? பாவம், இது என்ன புது ஞானம் என்று நமக்குத் தோன்றுகிறதா அல்லது அவள் பேச்சு மனிதகுலத்தின் விட்டுப் போகாத நப்பாசையாக நமக்கு ஒலித்து, நாம் விக்கித்துப்போகிறோமா?

ரேவதியும் ரவியும் இலக்கியங்கள் கண்ட லட்சியக் காதலர்கள் அல்ல. மருத்துவமனையில் அம்மாவிடம் பேசும் ரேவதி, ‘‘மூணு, நாலு நாளே பாத்த ஒரு பொண்ணோட பேர நெஞ்சிலயும், ரெண்டு கையிலயும் ஒருத்தன் பச்சகுத்திக்குவானா? அதத்தான் ரவி செஞ்சான். அவன் கொஞ்சம் மெண்டலும்மா. நான் லூசு’’ என்று சொல்கிறாள். காதலைப் பற்றிய பகடி இலக்கியத்தின் சுயவிழிப்பு மொழியை இந்தக் காதலி பேசுகிறாள். அவன்தான் உனக்கு ஏற்றவன் என்பதற்கு ஒரேயொரு காரணத்தை மட்டும் எனக்குச் சொல்லு என்று கேட்ட அம்மாவிடம், ‘‘சொல்லத் தெரியல’’ என்று சொன்ன வளும் இந்த ரேவதிதான்.

ரவி ஆட்டோ ஓட்டுகிறான். லட்சியக் காதலுக்கு அது ஒரு குறையல்ல. ‘‘அவனுக்கு ஆட்டோ சுத்தமாக இருக்க வேண்டும். ஆட்டோவில் செட்பண்ணியிருக்கிற டேப்ரிக்கார்டர் சத்தமாகப் பாட வேண்டும். எல்லாவற்றையும்விட முக்கியமானது ஹாரன் நன்றாகவும், சத்தமாகவும் அடிக்க வேண்டும். ஹாரனில் கை வைத்தாலே அவனுடைய ஆட்டோ வருகிறது என்று தெருவில் எல்லோருக்கும் தெரிய வேண்டும் என்பது அவனுடைய ஆசை.’’ கதாநாயகனைப் பகடி இலக்கிய மொழியில்தான் நாவல் இப்படி விவரிக்கிறது. இவர்கள் ஆசை நிறைவேறித் திருமணம் செய்துகொண்டு சுகிக்க வேண்டும் என்று வாசகர்களாகிய நமக்கு, எப்போதும் இலக்கியத்தில் பழகியதுபோல், நினைக்கத் தோன்றுவதில்லை.

காதலன் ரவியின் சுயவிழிப்பு எந்த மொழியில் வெளிப்படுகிறது? ‘‘அவள என்னிக்கிப் பாத்தேனோ அன்னிக்கே என்னெ சனியன் புடிச்சிட்டான். என்னோட வாழ்க்கையில நான் செஞ்ச பெரிய தப்பு அவளக் கல்யாணம் கட்டுனதுதான்.’’ பிறகு எப்படித்தான் இவர்கள் சேர்ந்துகொண்டார்கள்? ரேவதி இதைப் புரிந்துகொண்ட விதத்தை அவளே அம்மாவிடம் சொல்கிறாள்: ‘‘நொய்டாவுக்கு ட்ரெயினிங் போகச்சொல்லி ஆர்டர் வந்த அன்னிக்கித்தான் ரவி வந்து நம்ப வீட்டு வாசப்படியில நின்னுக்கிட்டு பிளேடால கையக் கிழிச்சிக் கிட்டான். நீ சத்தம் போட்டு அழுத. ஆர்டரக் கிழிச்சுப் போட்டுட்டன். நொய்டாவுக்கு நான் போயிருந்தா நெலம மாறி யிருக்கலாம். அன்னிக்கிப் பாத்து ரவி வந்து ஏன் நம்ப வீட்டுக்கு முன்னாடி நின்னுக்கிட்டு கையக் கிழிச்சிக்கிட்டான்?’’

இலக்கியத்தில் புதிது என்று எதுவும் இல்லை. புதிது என்பதெல் லாம் மனித அனுபவத்துக்கு அப்பாற்பட்ட புரியாதவையாக இருக்கும். தனக்கு முன்னர் வந்த காவியங்களோடு ஏதோ ஒரு வகையில் தொடர்புபடுவதால்தான் இந்தக் காதல் கதையும் தன்னை அர்த்தப் படுத்திக்கொள்கிறது. அன்றைக்குப் பேசிய ஒன்றை, மீண்டும் இன்றைக்குப் பேசுவதால் அப்படிப் பேசப்படுவது விசித்திரமான மறுவரையறைக்கு உள்ளாகிறது.

சங்க இலக்கியத்தில் காதலன் வரவுக்கு ஏங்கித் தவித்திருக்கும் காதலியின் 'அவத்தை'யைத்தான் படித்திருப்பீர்களே! ''நீ இப்ப எதயெல்லாம் தொலச்சியிருக்கன்னு தெரியுமா?'' என்று தோழி ரேவதியைக் கேட்கும் அருண்மொழி, ''சிரிப்பில்ல. பேச்சில்ல. குறும்புத்தனம் இல்ல. மேக்கப் இல்ல. நீ நீயா இல்ல'' என்று ஒவ்வொன்றாகச் சொல்கிறாள். பதினெட்டாம் நூற்றாண்டு ஆங்கில இலக்கியத்திலிருந்து நம் சங்க இலக்கியம்வரை இந்த அவத்தை, காலத்தை ஒட்டி, தேசத்தை ஒட்டி எத்தனையோ வடிவங்களை எடுத்திருக்கும்.

'ரேவதிக்குக் கிரகக் கோளாறாக இருக்குமோ' என்று தாய் அமராவதி சந்தேகப்படுகிறாள். அதுதான் காரணம் என்றால், பரிகாரம் செய்து நிவர்த்தி செய்துவிடலாம் என்று நம்புகிறாள். கமுதூர் சுந்தரமூர்த்திதான் இதற்குச் சரியான ஜோசியக்காரன் என்று ரேவதியின் ஜாதக நோட்டை எடுத்துக்கொண்டு அவனிடம் செல் கிறாள். அவனும் ரேவதியின் ஜாதகத்தில் புதன் உச்சம் பெற்றிருப்ப தால் அவள் கல்யாணம் 'ஓகோன்னு' நடக்கும் என்று சொல்கிறான். கண்ணனின் ஆடையைக் கொண்டு இவளுக்கு விசிறிவிடுங்கள். அப்போதுதான் இந்த நோய் தணியும். நீங்கள் கட்டுவிச்சி சொல்லைக் கேட்டு எதையாவது செய்து, கள்ளும் இறைச்சியும் தூவாதீர்கள் என்று அவத்தையிலிருக்கும் பெண்ணின் அன்னைக்கு நோய் தணிக்கும் வழியைச் சொல்வதை வைணவ இலக்கியத்தில் படித்திருப்பீர்கள். கலைப் படைப்பு ஒவ்வொன்றும் மற்றொன்றின் மறுவடிவம்.

புராணங்களில் வரும் சம்வாதங்களைப் படித்திருப்பீர்கள். அருண் மொழிக்கும் ரவிக்கும் அப்படியொரு சம்வாதம். அவனை நேருக்கு நேராக இரண்டு கேள்வி கேட்க வேண்டும் என்று அருண்மொழி அவனிடம் பேசுகிறாள். தனக்கும் கட்சி பேசத் தெரியும் என்று அவனும் ஒரு வக்கீல்போல் பேசுகிறான். மனித சரித்திரத்தில் இது

ஓயவே ஓயாதா? பேசி, பயணித்து, மீண்டும் துவங்கிய இடத்துக்கே வந்து, மறுபடியும் இந்த விவாதப் பயணத்தில் நுழைந்து—இப்படியே உழன்றுகொண்டிருப்பதைத் தவிர மனித இனத்துக்கு வேறென்ன முடியும்?

சம்பவம் பாத்திரங்களுக்கு நிகழவில்லை. பாத்திரங்களை நிகழ் களமாக்கிச் சம்பவம் தன்னைத்தானே நிகழ்த்திக்கொள்ளும் பயங்கரம் இது. பாத்திரங்கள் அதற்கு வெறும் சாக்கு. நிகழ்வுகளுக்கு மனிதர் களின் பங்கு என்று எதுவுமே இல்லையோ? ஆனாலும், விளைவு களுக்குக் காரணங்களைத் தேடிக் கண்டுவிட்ட சுகத்திலிருந்து யாரும் விடுபட முடியாது போலிருக்கிறது. 'அவனை அப்போதே போலீஸில் பிடித்துக் கொடுத்திருக்க வேண்டும்', 'விவாகரத்து செய்து அப்போதே ரேவதியை அழைத்துக்கொண்டு வந்திருக்க வேண்டும்.' உறவினர் களெல்லாம் இப்படி எங்கே தவறு நடந்தது என்று ஒரு அபத்தத் துல்லியத்தோடு பேசுகிறார்கள். ஆனால், ரேவதியைப் போல் தங்களைக் கொளுத்திக்கொண்டவர்கள் மருத்துவமனைக்கு வந்து கொண்டேயிருக்கிறார்கள். மலர் என்ற பெண் இப்படிக் கொளுத்திக் கொண்ட தன் பெண்ணுக்காக அங்கே உட்கார்ந்திருக்கிறார். தங்கம்மாள் என்ற மற்றொருவர் உறவுப் பெண்ணுக்காக வந்திருக் கிறார். ரேவதியின் எதிர்வீட்டுப் பெண்கள் இதேபோன்று மற்றொரு சம்பவத்தைச் சொல்கிறார்கள். மருத்துவமனையில் ''ஆம்புலன்ஸ் வருகிற சத்தம் கேட்டது. இரவு என்பதால் ஆம்புலன்ஸின் சத்தம் தெளிவாகக் கேட்டது. ...பெட்டிக்குள் தாறுமாறாக அள்ளிப் போட்ட பொருள்கள் மாதிரி பெண்கள் உட்கார்ந்துகொண்டும் படுத்துக்கொண்டும், கால்களை நீட்டிப்போட்டுக் கொண்டும் இருந் தனர். பார்ப்பதற்கு மாய உலகம் போன்று இருந்தது.'' நமது புரிதலின் கேவலத்தைத்தான் இந்த 'மாயம்' காட்டுகிறது. ''எம்மவ நெருப்புல வெந்துபோயிட்டா'' என்று மலர் சொல்லும்போது, நெருப்பில் வெந்துபோனது நீண்டுகொண்டே இருக்கும் சங்கிலியில் ரேவதியும் ஒரு கண்ணிதான் என்று ஆகிறது.

ஆம்புலன்ஸ் சத்தம் ஓய்வதில்லை. நிமிடத்துக்கு நிமிடம் ஆம்புலன்ஸ் வந்துகொண்டேயிருக்கிறது ''அப்போது ஆம்புலன்ஸ் ஒன்று வந்து நிற்கிற சத்தம் கேட்டது. ஒவ்வொரு ஆம்புலன்ஸ் வருகிறபோதும், போகிறபோதும் கேட்கிற சத்தத்தால் அமராவதிக்கு நெஞ்சுத் துடிப்பின் வேகம் கூடியது.'' ''ஸ்ட்ரெச்சரில் இருந்த

பெண்ணைப் பார்த்தும் ‘‘ஐயோ சாமி இப்படி வெந்துபோயிருக் கிறாளே’’ என்று அமராவதி சொன்னாள். ‘‘இப்பத்தான் ஒண்ணு செத்துச்சி. பொணம்கூட இன்னம் வெளியே போவல. எடம் காலியா இருக்கக் கூடாதுன்னு அடுத்து ஒண்ணு வந்துடுச்சி’’ என்று தங்கம்மாள் சொல்கிறார்.

ரேவதியின் சடலத்தைப் பெற்றுக்கொண்டு எல்லாரும் செல்லும் போதும் முற்றிலுமாக எரிந்துபோன ஒரு பெண்ணை ஏற்றிக்கொண்டு வந்த ஆம்புலன்ஸ் அவசரச் சிகிச்சைப் பிரிவுக் கட்டடத்தின் முன் வந்து நிற்கிறது. மனிதர்களின் புரிந்துகொள்ளும் முயற்சி இதற்கு முன் நின்றுகொண்டு என்ன சாதித்துவிட முடியும்? விதி என்று ஒருவர், மானத்துக்கு அஞ்சினேன் என்று மற்றொருவர், பழிதீர்க்க வேண்டும் என்று இன்னொருவர்—இப்படி ஆளுக்கு ஒரு எதிர்வினை மூலையில் நுழைந்துகொண்டு, அடுத்தவர் ஒளிந்துகொள்ள அவருக்கு என்ன மூலை கிடைத்தது என்று எட்டிப் பார்க்கிறார்கள். இருவரில் ஒருவர் இறந்தால்தான் பிரச்சினைக்குத் தீர்வு வரும் என்று ரேவதி நாவலின் துவக்கத்திலேயே சொல்லிவிடுகிறாள். அவளுக்கு மரணம் வாய்த்துவிடுகிறது. ஆனால், தீர்வு வரவில்லை. எரிந்துபோன இன் னொரு பெண் ஆம்புலன்ஸில் வந்து நிற்கிறாளே! பின்னர் தீர்வு எப்படி வரும்?

வீட்டுக்குப் பிணம் வந்து சேரவில்லை. அதற்குள் ரவியின் நண்பர்கள் கண்ணீர் அஞ்சலி சுவரொட்டிகளை ஊரெங்கும் ஒட்டி விடுகிறார்கள். ரேவதி தன் அண்ணனோடு பேசும்போதும், அமராவதி தன் பெண்ணின் சடலத்தைத் தடவித்தடவிப் புலம்பும்போதும், இவ்வளவு அபத்தங்களையும் கிழித்துக்கொண்டு நமக்குக் கண்ணீர் முட்டுகிறது. திரும்பிப் பார்க்க மாட்டேன் என்று ஆண்டுக் கணக்கில் தங்கையைப் புறக்கணித்திருந்தான் முருகன். மகளைத் திருமணம் செய்துகொடுத்து அத்தோடு ஒதுங்கிக்கொண்டார் தந்தை நடேசன், இவர்கள் எல்லோரோடும் தன் மரணத்தின் மூலம் சமரசம் கண்டு விட்டாள் ரேவதி. ‘‘எம் பொண்ணா நீ?’’ என்று நாவலின் துவக்கத்தில் கத்தும் அமராவதி, தன் மகள் இறந்ததும் அவள் உடலை ஆசையுடன், கைக்குழந்தையைத் தடவிப்பார்ப்பதுபோல் தடவி முகத்தோடு முகம் வைத்து, ‘‘தூங்கிட்டியா அம்மா? தூங்கு. இனி ஒனக்கு எந்தத் தொந்தரவும் இல்ல. தப்பு செஞ்சுட்டோமேன்னு இனி நீ அழுவ மாட்ட’’ என்று அழுகிறாள். இது என்ன அபத்தம் என்று

நினைக்கும்போதே நம்மை மௌனமாக்கும் சோகத்தையும் உணர் கிறோம். நாம் புரிந்துகொள்ள முடியாதவற்றையெல்லம் வார்த்தைச் சட்டங்களுக்குள் உவகை, அச்சம், நகை என்று தனித்தனியாக அடைத்து ஒழுங்குபடுத்திக்கொண்டிருக்கிறோமா? பிரிந்து நிற்காமல் ஒன்றன் மீது ஒன்றாய்ப் படரும் ரேகைகள்தானோ மனித உணர்வுக ளெல்லாம்! உணர்வுகளை அனுபவிக்கும் மையம் ஒன்று எப்போதுமே உள்ளதா? அல்லது, அவ்வப்போது வரும் உணர்வு வெள்ளங்கள்தான் ‘நான்’ என்று உருவாகி, அதே கணத்தில் மற்றொரு ‘நான்’ என்பதற்கு வழிவிட்டு மறைகிறதா?

நாவலில் உணர்வு என்றும், சிந்தனை என்றும் ஒவ்வொன்றும் தன்னைத் தனித்தனியாக அடையாளம் காட்டிக்கொண்டு வருவ தில்லை. இரண்டின் கலவை என்றும் எதையும் சொல்ல முடியாது. அங்கே இருப்பது ஒரு அனுபவத்தின் முழுமை, உண்மையான மனித அனுபவத்தின் முழுமை என்றுதான் சொல்கிறார்கள். வெறும் சிந்தனை நாவலாகாது என்பதைப் போலவே உணர்வு மட்டுமே நாவலாகாது. ‘செல்லாத பணம்’ என்ற படைப்பில் மனித அனு பவத்தின் முழுமை உண்டு. நமக்குத் தெரிந்த சிந்தனைச் சட்டகத்துள் அதைக் கொண்டுவந்து ஒழுங்குபடுத்திவிட முடியாது. இந்த அனு பவத்தின் முழுமையிலும் ஒரு சிந்தனை, தார்மீக நிலைப்பாடு போன்றவை தெரியலாம். ஆனால், அவை சிந்தனையின் வழக்கமான தன்மையைக் கொண்டிருப்பவை அல்ல. சிந்தனையின் மெய்வருத்தம் அனுபவத்தின் முழுமையைச் சிதைத்துவிடாதவாறு பார்த்துக் கொள்வதுதான் ‘செல்லாத பணத்தின்’ சிறப்பு. இலக்கியத்தின் தன்மையும் அதுவேதான். நாவல் சமூகப் பிரச்சினைகளைப் பேசும். அவற்றை எப்படிப் பேசுகிறதோ அதில்தான் இலக்கியம் தரும் அனுபவத்தின் முழுமை இருக்கிறது; பிரச்சினைகளின் தீர்வில் அல்ல. இன்றைக்கும் நினைக்கவே இனிக்கும் இந்தத் திரைப்படப் பாடலைச் சொல்லிப்பாருங்கள்: ‘காற்று வந்ததும் கொடி அசைந்ததா, கொடி அசைந்ததும் காற்று வந்ததா?’ இந்தப் பிரச்சினைக்குத் தீர்வைச் சொல்லியா தன் இலக்கிய அழகை அது சம்பாதித்துக்கொண்டது? ‘செல்லாத பணம்’ அங்கே உள்ள பிரச்சினைக்கு ஒரு கேள்வி வடிவம் கொடுத்திருந்தால்கூட அந்த அனுபவம் முறிந்த பாலாகியிருக்கும். எந்தக் கணத்திலும் இந்த அனுபவம் கேள்வியாகவும், தீர்வாகவும் முறிந்துவிடலாம் என்ற அச்சத்துடன், காற்றில் படபடக்கும்

இலையாக, நமக்கு முழு அனுபவத்தைக் கடத்திக்கொண்டிருக்கிறது ‘செல்லாத பணம்’.

இந்த நாவலின் மொழியிலும் உலகம் பற்றிய ஒரு பார்வை, அந்த மொழிக்கே உரிய பார்வை உண்டு. மனித வாழ்வைப் பற்றிய ஒரு பார்வை இல்லாத மொழி எந்தப் பண்பாட்டில் இருக்கிறது? மொழியின் கட்டமைப்பில், சொற்களின் பொருட்கூறுகளில், அதன் இலக்கணப் பரப்பில், இலைமறை காயாக உலகம் பற்றிய பார்வை ஒன்று இருப்பதைப் பார்க்கலாம். விஸ்தாரமான மொழிதான் அனுபவத்தை வடிகட்டாமல் தர வல்லது என்று நினைப்பதில் சிக்கல் உண்டு. இந்த நினைப்பு அனுபவத்துக்கு ஒரு பொதுமையை ஏற்றிக் காட்டுகிறது. அனுபவத்துக்குப் பொதுமை ஏது? களிம்பாகக் கப்பிக்கொண்டிருக்கும் பொதுமையைத் தேய்த்துத் தேய்த்து அனு பவத்தை அவரவர் அனுபவமாக விளக்குவதுதானே இலக்கியம்! மொழியைக் கொண்டுதான் என்றைக்குமே நழுவிக்கொண்டிருக்கும் அனுபவத்தை அவ்வப்போது கொஞ்சமேனும் பிடித்துக்கொள் கிறோம். இப்படிப் பொதுமை கழிந்த அனுபவத்தின் முழுமையைப் பிடித்துக்காட்டுவதுதான் இந்த நாவலின் மொழி.

*(சாகித்ய அகாடமி விருது பெற்ற
இமையத்தின் ‘செல்லாத பணம்’ நாவலுக்குப் பின்னுரை.
21.12.2017.)*

2. மால்குடி மனிதர்கள் - முன்னுரை

நமக்குக் கதைகளைத் தெரியும். "அந்தரமான காட்டில் ஒரு சிங்கம்..." என்றோ "ஒரு ஊரில் ஒரு ராஜா..." என்றோ அவை துவங்கும். அண்மைக் கால இலக்கிய வடிவமான 'சிறுகதை' என்பது வேறு வகை. ஆர்.கே நாராயண் கதைகள் இவை இரண்டு வகையிலும் சேராத மூன்றாவது வகை. அவர் கதைகளில் கர்ண பரம்பரைக் கதையின் வினோதங்களை ஒத்த நிகழ்வுகள் இருக்கும். ஆனால், அந்த நிகழ்வுகள் உரிய கால வரிசையில் வராமல் வழக்கமான யதார்த்தச் சிறுகதையில் வருபவைபோன்று கால வரிசை மாறி வரும். பழைய கதைகளில் சம்பவங்களுக்காகக் கதாபாத்திரங்கள் உருவாகும். நாராயண் கதைகளில் சிறுகதையில் நிகழ்வதுபோலவே பாத்திரங்களின் தன்மையிலிருந்து சம்பவங்கள் பிறக்கும். கதை சொல்லும் யதார்த்த மரபும், பழைய கதைகளின் அதிசய நிகழ்வுகளுமாக நம்மை மலைக்கவைக்கும் கலவை ஒன்று அங்கே உருவாகும்.

நாராயண் கதைகளின் கவர்ச்சிக்கு இந்தக் கலவை ஒரு காரணம். 'ஒரு ஜோஸ்யனின் அதிர்ஷ்ட நாள்' சிறுகதை வகைதான். ஆனாலும் பழைய கதை சொல்லும் மரபையொட்டி அதற்கு நாராயண் 'ஒரு ஜோஸ்யனின் கதை' என்று தலைப்பிட்டிருந்தாலும் அது கதைக்குப் பொருந்தியிருக்கும்.

கதைகளின் பாத்திரங்கள் தென்னிந்தியாவின் அடையாளமாக இருக்கும் மனிதர்கள். அவர்களின் மனப்போக்கும், செயல்களும் இந்தக் கலாச்சாரத்தில் உள்ளவை. நாராயண் இவற்றை ஆங்கிலத்தில் எழுதினார். அந்த மொழி இன்னொரு கலாச்சாரத்தின் அங்கம். கதைகளை ஆங்கிலேயர்கள் படித்தாலும், நாமே படித்தாலும் அவை பேசுபவை ஆங்கில மொழியில் புழங்காத புதுமைகளாகத் தொனிக்கும். ஆங்கிலேயர்களுக்குக் கதைகளின் பொருள் உருவாக்கும் கலாச்சாரத் தொலைவு. நமக்கு மொழி என்ற ஊடகம் உருவாக்கும் தொலைவு. இந்த தொலைவைக் கடந்து பொருளைப் புரிந்துகொள்வதில் இருவருக்குமே ஒரு மனக் கிளர்ச்சி உண்டு. இதுவும் நாராயண் கதைகளின் கவர்ச்சிக்குக் காரணம்.

நம் கலாச்சாரத்தில் உள்ளவை முற்றிலும் வேறுபட்ட இன்னொரு கலாச்சாரத்தின் மொழிக்குள் எப்படி உருவம் எடுக்கிறது என்பதைக் காண்பதில் நமக்கு ஒரு ஈர்ப்பு. சாதாரணமாக மொழியில் நிகழும் கலைப் படைப்பைவிட இந்த வகைப் படைப்புக்குக் கவர்ச்சி அதிகம். 'நாகம்' என்ற கதையில் பாம்பையும், குரங்கையும் வைத்து வேடிக்கை காட்டுவது ஒருவனின் பிழைப்பு. கதையின் சம்பவங்கள் ஆங்கில மொழியில் பழக்கமானவையல்ல. அந்த மொழியில் இந்த நூதனங்களைப் படிப்பவருக்கு, அவர் வழக்கமாகக் குளிக்கும் குளத்தில் முழுகித் தலை தூக்கும்போது அருகிலேயே ஒரு யானை குளித்துக்கொண்டிருப்பதைப் பார்ப்பதுபோல் இருக்கும்.

ஒரு நகைச்சுவையான சூழ்நிலை எவ்வாறு முற்றி, எப்படி முடிகிறது என்பதுதான் 'அப்பாவின் உதவி', 'ரோடு எஞ்சின்', 'உள்ளே ஒரு பூனை', 'லாலி ரோடு', 'அட்டில்லா' போன்ற கதைகள். கதைப் பொருளைவிட்டு நாம் உணர்வு மட்டத்தில் விலகி நின்றால் நகைச்சுவையும் பகடியும் சாத்தியமாகின்றன. அந்தப் பொருளோடு உணர்வுப்பூர்வமாக ஒன்றிவிட்டால் ஒரு சூழ்நிலையைப் பார்த்து நகைக்க முடியாது. அதைப்பற்றி இன்னொரு கலாச்சாரத்தின் மொழியான ஆங்கிலத்தில் பேசும்போது இப்படி விலகி நின்று பார்ப்பது எளிதாகலாம். பார்க்கும் பொருளே இன்னும் துலக்கமாகலாம். இன்னொரு மொழியில் பேசும்போது அதைப்பற்றி இதுவரை நாம் கேட்டிராத விமர்சனத் தொனியைக்கூடக் கேட்கலாம். இந்தச் சாத்தியங்கள் எல்லாவற்றையுமே நாராயண் எளிதாகப் பயன்படுத்திக்கொள்வதற்கு ஆங்கிலம் அவருக்கு உதவுகிறது.

சமூக விமர்சனம் போன்ற தீவிர நிலைப்பாடு அவர் நோக்கமல்ல. சிக்கலான சமூகப் பிரச்சினைகள், மனித உணர்வுகளின் கால் நிலைக்காத ஆழம், அநியாயத்தால் விளையும் ஆத்திரம், உலக வாழ்வின் அவலங்கள் போன்றவை அவர் கதைகளின் வழக்கமான பொருள் அல்ல. இவை போன்றவை கதைப் பொருளாக இருந்தாலும் மென்மையான பகடி மொழியில்தான் அவற்றைப் பேசுவார். 'கொடுக்காத கடிதம்', 'செல்வி', 'கோடாரி' போன்ற சில கதைகளில் ஆழமான உணர்வுகளைக் காண முடியும். ஆனாலும், நாராயண் அவற்றை அதீத நிலைக்குக் கொண்டுசெல்வதில்லை. சாதாரண மனிதர்கள், அவர்களுடைய வழக்கமான ஆசைகளும் ஏமாற்றங்களும் என்பதாக அவர் கதைகளில் நாம் பார்ப்பது அன்றாட உலகம். எல்லோருக்கும் தெரிந்தவற்றில் அதுவரை நமக்குத் தெரியாதவற்றைக் காட்டித்தருவதுதான் கதை. 'ஈஸ்வரன்',

'சம்பள உயர்வு', 'மனம் விரும்பி அடிமை' - இம்மூன்று கதைகளும் மனித உணர்வுகளின் நுணுக்கங்களை இப்படிக் காட்டித்தருகின்றன.

மொழி, நாம் சொன்னபடி நடந்துகொள்ளும் தன் முனைப்பற்ற, சாதுவான ஊடகமல்ல. நாம் சொல்வதோடு தன் பங்குக்கும் அது எதையாவது சேர்க்காமல் இருப்பதில்லை. அப்படி அது சேர்ப்ப வற்றையும் பார்த்து, அதை நம் வசத்துக்குக் கொண்டுவரலாம். அல்லது, அதைக் கழித்துக்கொள்ள நாம் முயற்சிக்கலாம். நாம் எழுதும்போதும், பேசும்போதும் இந்த முயற்சி நமக்குள் தொடர்ந்து நடந்துகொண்டிருக்கும். நம்மூரில் நடப்பவற்றை நாராயண் ஆங்கி லத்தில் எழுதும்போது அந்த விஷயங்களுக்கு ஆங்கில மொழியின் பங்களிப்பு இல்லாமல் இருக்காது. சொல்லின் பொருள் அந்தச் சொல் இருக்கும் மொழியின் படைப்பு. நம் மொழியிலேயே அதை படிப்பதற்கும் ஆங்கிலத்தில் நாம் அதை படிப்பதற்கும் இந்த வழியில் ஒரு வேறுபாடு உருவாகும். தான் சொல்பவற்றை ஆங்கிலம் எப்போதும் அடக்கமாகவே சொல்லும் என்பது நமக்கு தெரிந்ததுதானே!

ஆர்.கே. நாராயண் தென்னிந்தியச் சம்பவங்களை வேறு ஒரு கலாச்சாரத்தின் மொழியில் கதைகளாகப் படைக்கிறார். அப்போது நம் இலக்கிய ரசனைக்குத் தெரிந்தும், தெரியாமலும் வரும் ஆதாயம் என்ன என்று தெரிந்துகொள்ளும் முயற்சியில் இன்னொன்றையும் கவனிக்க வேண்டும். கதைகளில் வரும் மால்குடிச் சம்பவங்கள் கொஞ்சம் விநோதம்தான்.

நான் இப்படிச் சொல்லும்போது பழக்கமானவற்றையும் புதிய தாகக் காட்டும் இலக்கியத்தின் அடிப்படைத் திறனைச் சொல்ல வில்லை. கதைகளின் நிகழ்வுகள் வழக்கமானவற்றிலிருந்து வேறு பட்டவை என்ற பொருளில் சொல்கிறேன். இப்படி வேறுபட்ட வற்றை அடையாளம் காட்டும் ரசனை எது? இந்தக் கலாச்சரத்தி லேயே இருக்கும் நமக்கு இந்த வேறுபாடு அவ்வளவாகப் புல னாகாது. இன்னொரு கலாச்சாரத்தின் வழியாகப் பார்க்கும்போது வேறுபாடு தெளிவாகத் தெரியும். சம்பவங்களுக்கும், அவற்றை விவரிப்பதற்கும் இந்த வழியில் வரும் செறிவு தொகுப்பில் உள்ள கதைகளின் சிறப்பு. இவற்றைப் பேசிய பிறகு இப்போது கதைகளின் மொழிபெயர்ப்புபற்றிப் பேசும் கட்டத்துக்கு வந்துவிட்டோம்.

மொழிபெயர்ப்பை இரண்டு மொழிகளுக்கு இடையில் நிகழ்வ தாக மட்டுமல்லாமல் இரண்டு கலாச்சாரங்களுக்கு இடையில்

நிகழும் ஒன்றாகவும் பார்ப்பது வழக்கம். மொழிபெயர்ப்பாளர் இரண்டு மொழிகளும் தெரிந்தவராக மட்டுமல்லாமல் இரண்டு கலாச் சாரத்திலும் காலூன்றியவராக இருக்க வேண்டும் என்பார்கள். நான் இதுவரை சொல்லியவற்றை, இந்த அடிப்படைக் கருத்தையொட்டிச் சுருக்கிப் பார்க்கலாம்: நாராயண் தென்னிந்திய விஷயங்களை ஆங்கிலத்தில் எழுதுவது கிட்டத்தட்ட ஒரு மொழிபெயர்ப்பு. அதையே தமிழுக்குக் கொண்டுவருவது மற்றொரு மொழிபெயர்ப்பு. நாராயண் எழுதும்போது அவருக்குக் கதை நிகழ்வுகளின் கலாச் சாரம் சொந்தம்; மொழி அந்நியம். அதைத் தமிழுக்கு மொழி பெயர்ப்பவருக்கு மொழியும் அந்நியமில்லை கலாச்சாரமும் அந்நிய மில்லை.

இப்போது ஒரு கேள்வி எழுகிறது. தான் எந்த மொழி, கலாச் சாரப் புள்ளிகளிலிருந்து புறப்பட்டதோ அந்த புள்ளிகளுக்கே கதை திரும்பும்போது அது புறப்பட்டபோது இருந்த மொழி, கலாச்சார வடிவத்துக்கே அது மாறிவிடுமா? அப்படி மாறாது. தான் எந்தக் கலாச்சார மொழியின் ஊடாக வந்ததோ அதன் அடையாளங்களைத் தாங்கிவரும். அது அந்த மொழியில் ஜனித்தது; அந்த மொழியில் தரித்திருந்தது. மொழிபெயர்ப்பாளர் இவற்றால் கதைகளுக்கு வந்த அடையாளப் புதுமையின் தீவிரத்தைத் தணிக்க வேண்டும். அல்லது, அவற்றைத் தமிழின் மொழி, கலாச்சாரப் போக்குக்குப் பொருத்த வேண்டும்.

இதை மறுபெயர்ப்பு என்று சொல்லுங்களேன்: கதைகள் தமிழில் எழுதியவைபோல் இருக்க வேண்டும் என்று சுருங்கச் சொல்லுங் களேன் என்பீர்கள். நான் அப்படிச் சொல்ல மாட்டேன். ஒரு ஆங்கிலேயர் தன் கலாச்சார விஷயங்களை ஆங்கிலத்தில் எழுது வதும், நாராயண் தன் கலாச்சார விஷயங்களை ஆங்கிலத்தில் எழுது வதும் ஒன்றாகாது. அவ்வாறே ஒரு ஆங்கிலக் கதையைத் தமிழில் மொழிபெயர்ப்பதும் நாராயண் ஆங்கிலத்தில் எழுதிய நம்மூர்க் கதையைத் தமிழுக்குக் கொண்டுவருவதும் ஒன்றாகாது. கதைகள் தமிழில் எழுதியவைபோலும் இருக்க வேண்டும்; இன்னொரு மொழிக்குள், கலாச்சாரத்துக்குள் சென்றுவந்த ஆதாயத்தோடும் இருக்க வேண்டும்.

இந்த இரண்டு தேவைகளையும் மொழிபெயர்ப்பாளர் ஒருசேர உணர்ந்திருக்கிறார். கதைகளின் தலைப்புகளை அவர் எவ்வாறு

மொழிபெயர்த்தார் என்பதே இதனைக் காட்டும். Malgudi days மால்குடி மனிதர்களாகிறது. An Astrologer's Day ஒரு ஜோஸ்யனின் அதிர்ஷ்ட நாளாகிறது. The Snake-Song புன்னாகவராளி என்றாகிறது. Engine Trouble ரோடு எஞ்சின் என்று மாறுகிறது. Forty Five a Month சம்பள உயர்வு ஆனது. Hungry Child பசியுடன் ஒரு பையன் என்றாகிறது. The Edge கத்தி முனை என்றாகிறது. Such Perfection சிற்பத்தின் முழுமை என்றாகிறது. Some one's day என்பதற்கும், days (as time spent in a place) என்பதற்கும் ஆங்கிலம் வேறுபாடு காட்டும். 'நாள்' என்ற ஒரே சொல்லைக் கொண்டு அந்த வேறுபாட்டைத் தமிழில் காட்ட இயலாது. எனவே சொல்லை மாற்றியும், சில இடங்களில் ஒரு சொல்லைக் கூட்டியும் மொழி பெயர்த்திருக்கிறார்.

ஐரோப்பிய மொழியிலிருந்து தமிழுக்கு மொழிபெயர்க்கும் போது வரும் 'நீ' என்பதா, 'நீங்கள்' என்பதா போன்ற மொழி சார்ந்த பிரச்சினைகளையும் மொழிபெயர்ப்பாளர் கவனித்துள்ளார். பல தமிழ் மொழிபெயர்ப்புகள் ரசிக்க முடியாமல்போவதற்கு அவற்றின் எழுத்துத் தமிழ் வழக்குகள் ஒரு காரணம். மொழிபெயர்ப்பில் தெளிவாகத் தீர்த்துக்கொண்டு துவங்கவேண்டிய ஒரு பிரச்சினை மொழி நடை. இந்தக் கதைத் தொகுப்பின் மொழிபெயர்ப்பு, பேச்சுத் தமிழ், எழுத்துத் தமிழ் ஆகிய இரண்டு எதிர் முனைகளையும் தவிர்த்த நடை ஒன்றினைக் கையாள்கிறது. எடுத்துக்காட்டுகள்: 'மறுத்தாலோ, மூஞ்சியைத் தூக்கிவைத்துக்கொண்டாலோ...' (அம்மாவும் மகனும்), 'ஒரு சிலருக்குத்தான் அவளுடைய பிரசன்னம் கிடைக்கும்' (செல்வி), 'செல்வியின் அம்மாவும், தம்பி, தங்கையும் வெகுவாகப் பிரமித்து நாக்கைச் சப்புக்கொட்டியபோது...' (செல்வி), 'மெழுகுவர்த்திகூட இல்லாமல் என்ன கடை நடத்துகிறாய்?' (உள்ளே ஒரு பூனை), 'என்ன எழுதினாளோ அதையெல்லாம் காப்பி பண்ணப் பார்ப்பான்' (லீலாவின் நண்பன்).

ஆங்கிலச் சொற்களை மட்டுமல்ல, வடமொழிச் சொற்களும் எங்கே பொருந்தி வருமோ அங்கே அவற்றைத் தயங்காமல் பயன் படுத்தியிருக்கிறார் மொழிபெயர்ப்பாளர். இது நடை பற்றிய முடிவைச் சார்ந்தது என்பதோடு மொழிபெயர்ப்பு வகைபற்றிய கொள்கையும் இதனோடு தொடர்புடையதுதான் என்று சொல்ல வேண்டும். ஒரு ஆங்கிலச் சொல்லுக்கு ஒரு தமிழ்ச் சொல் என்ற கறார் இல்லாமல், தான் சொல்வது படிப்பவரைச் சென்று சேர வேண்டும்

என்பதற்காக இந்தத் தொகுப்பு நெகிழ்வான மொழிபெயர்ப்பு வகையைத் தேர்ந்துகொண்டிருக்கிறது.

நாராயணின் கதை சொல்லும் மொழியில் ஒரு கிண்டல் இருக்கும். ஆங்கிலத்தில் இது கொஞ்சம் ஆழப்படும். ஆனால், சொற்களின் மேற்பரப்பிலேயே கிடந்து தானாகவே காதில் விழுவதாக இருக்காது. இதைத் தமிழில் கொண்டுவருவதை முதல் சவாலாக உணர்ந்ததாகச் சொல்கிறார் மொழிபெயர்ப்பாளர். எனக்கு ஒரு அனுபவம் உண்டு. 'ஒரு ஜோஸ்யனின் அதிர்ஷ்ட நாள்' என்ற கதையும், 'ரோடு எஞ்சின்' என்பதும் கல்லூரியில் மாணவர்களுக்குப் பாடமாக இருந்தன. இவற்றைப் பாடம் சொல்வதற்கு மிகவும் சிரமப்பட்டிருக்கிறேன். பாடங்கள் சொல்லையும், வரிகளையும் மாற்றாமல் படித்து விளக்கவேண்டிய பனுவல் (text) என்பது மாணவர்களுக்குப் புரிந்திருக்கவில்லை. அதோடு, அவர்கள் கதை சொல்லும் முறையைவிட கதை என்ன என்பதில்தான் அதிக ஆர்வம் காட்டினார்கள். இந்தச் சூழலில் நடையின் தொனியை விளக்குவது சிரமமாகிவிட்டது. நமக்கு நகைச்சுவை உணர்வு கொஞ்சம் மட்டுத்தானோ என்றுகூட எனக்கு ஒரு விரக்தி வந்தது. மொழிபெயர்ப்பாளர் இதை முதல் பிரச்சினையாக அடையாளம் கண்டது சரிதான்.

இந்தத் தொனி பிரச்சினையை இன்னும் சிக்கலாக்கும் விஷயம் ஒன்றும் தொகுப்பில் சில கதைகளில் உண்டு. எல்லா கதைகளிலும் கதை எழுதுபவரே அந்தந்தக் கதையில் வரும் கதைசொல்லியாக இருப்பதில்லை. 'புலி நகம்', 'ரோடு எஞ்சின்', 'லாலி ரோடு' ஆகிய கதைகளில் கதைசொல்லி ஒரு பாத்திரமாக வருகிறார். 'இன்னொரு அபிப்பிராயம்' என்ற கதையில் ஒரு பாத்திரமே தன் கதையை விவரிக்கிறது. 'கோடாரி', 'உள்ளே ஒரு பூனை' ஆகியவற்றில் ஆசிரியரே கதை சொல்கிறார். இந்தக் கதாசிரியர் நாராயணாகத்தான் இருக்க வேண்டும் என்பதில்லை. இப்படி நடையின் தொனி, கதைக்குக் கதை மாறிக்கொண்டிருக்கும். மொழிபெயர்ப்பு இவற்றையும் கணக்கில் எடுத்துக்கொண்டுள்ளது. கொஞ்சம் படைப்புத் திறன் இருந்தாலொழிய இதைச் செய்திருக்க இயலாது.

நகைச்சுவை ஒரு இலக்கிய வளம். பெரும்பாலும் அது தொனி வடிவில் தன்னைக் காட்டிக்கொள்ளும். சொற்களின் தொனியை உணர்வது இலக்கிய ரசனைக்குச் செறிவு. என் அனுபவத்தை

மட்டுமே வைத்துச் சொல்வதென்றால் நம் இலக்கியக் கல்வி இங்கே தோற்றுவிட்டது என்றுதான் சொல்வேன். கல்லூரி வகுப்பறையில் நகைச்சுவை நாடகங்களை விளக்குவது ஆங்கில ஆசிரியருக்குப் பெரிய இம்சையாக இருக்கும். சென்ற நூற்றாண்டின் எழுபதுகளில், இப்படியான நேரங்களில் எல்லாம் நான் 'துக்ளக்' என்ற வார இதழின் கட்டுரைகளைப் பார்த்திருக்கிறீர்களா என்று மாணவர்களைக் கேட்பேன். தற்காலத் தமிழில் எனக்கு அப்போது வேறு எடுத்துக் காட்டுகள் தென்படவில்லை. செவ்விலக்கிய ஆங்கிலப் பாடங்களை நம் கல்லூரிக் கல்வி கைவிட்டதற்கு, இப்படி ஆசிரியர்கள் பட்ட இம்சை ஒரு காரணம். மாணவர்கள் ஆங்கிலத்தில் படிக்கவேண்டியதெல்லாம் நகைச்சுவையோடு இருக்கும். இந்த மாணவர்களே தமிழில் படிக்க வேண்டியவை எல்லாம் சிருங்காரம், சோகம், வீரம் போன்ற ரசங்களில் இருக்கும். ஆங்கிலம், தமிழ் என்ற மொழி வேறுபாடு, ரசங்களையும் பிரித்துக் கட்டியதுபோல் இருக்கும். நம் இலக்கியப் படைப்பில், இலக்கியக் கல்வியில், ரசனையில் இது நிரந்தரக் குறைதானோ!

நம் கலாச்சாரத்தில், நம்மை நாமே கேலியாகப் பார்த்துச் சிரித்துக்கொள்ளும் சூழ்நிலைகள் ஏராளம். பழமையிலிருந்து விடுபட முடியாத மூத்தோர்கள் ஒரு பக்கம். அவர்களோடு உறவுச் சிக்கலில், மரபுச் சிக்கலில், புதிதாகப் பழகிக்கொண்ட சிந்தனைச் சுதந்தரம் இளைஞர்களைத் தள்ளிவிடுவதும், அதிலிருந்து மீள அந்த இளைஞர்கள் செய்யும் சாமர்த்தியங்களும் மறுபக்கம் ('இன்னொரு அபிப்பிராயம்'). இந்தக் கலாச்சார முடிச்சுகளை நாராயண் கதைகள் சிரித்துக்கொண்டே இறுக்கும், பின்னர் அவற்றை ஆர்ப்பாட்டமில்லாமல் அவிழ்க்கும். நாராயண்போல் சிந்திக்க முடிந்தவர்களுக்கு, சென்ற நூற்றாண்டின் மையத்தில், நம்மூரின் நிகழ்வுகளில் நகைச்சுவைக்குப் பஞ்சமிருந்ததில்லை. நம்மிடமிருந்து விலகி நின்று நம்மையே கேலியாகப் பார்த்துக் கொள்ள ஒரு வகைச் சிந்தனைத் திறன் வேண்டும். நாராயண் கதைகள் தமிழில் வருவது நம் இலக்கிய கல்விக்கும் ஒரு உதவி.

(ஆர்.கே. நாராயண், Malgudi days, கதைத் தொகுப்பு:
தமிழ் மொழிபெயர்ப்பு, நாகேஸ்வரி அண்ணாமலை.
'மால்குடி மனிதர்கள்', சென்னை, க்ரியா, 2019.
மொழிபெயர்ப்பு நூலுக்கு முன்னுரை.)

3. கொள்ளைநோய் தந்த இலக்கியம்

பெரிய அனுபவமான கொள்ளைநோய்கள் இருக்கும்போதும், அவை நம்மைக் கடந்தபிறகும் சில பண்பாட்டு விளைவுகள் வருவது இயல்பு. நல்லது, கெட்டதுபற்றிய நம் தெளிவு குலைவது உண்டு. மக்களின் அனுபவம் ஆழமாகி, இலக்கியங்களும் உருவாகியுள்ளன.

கதைக்குள் வரும் கதைகளாக 'டிக்கமெரன்' (The Decameron) என்று பெயரிட்டு, ஒரு கதைத் தொகுப்பு எழுதினார் பதினான்காம் நூற்றாண்டு இத்தாலியக் கவிஞர் பவ்காச்சியோ (Boccacio). ஒட்டு வாரையெல்லாம் ஒட்டிக்கொண்டு, பிளாரண்டைன் நகர மக்களில் பாதிக்குமேல் வாரிக்கொண்டுபோன பிளேக் தொற்று அவர்களின் அன்றாட நெறிகளை என்ன செய்தது என்று அவர் விவரிக்கிறார். தொற்றுக் கிலியில் மனித உறவின் பிணைப்புகள் இற்றுப்போனதாம்: 'உடன்பிறந்தவர்கள் ஒருவரை ஒருவர் கைவிட்டனர். மாமன் மரு மகனைக் கைவிட்டார். குழந்தைகளைப் பராமரிக்கப் பெற்றோர்களே மறுத்தனர்.' நெறியிலிருந்து உலகம் தடம் புரண்ட அடையாளம் இது. ஆனாலும், அப்போது ஆறுதல் தேடி அது கிடைக்கப்பெற்றவர்கள் பின்னாளில் துயரத்தில் இருப்பவர்களைக் கண்டால் மிகுந்த பரிவு காட்டினார்களாம்.

வரலாற்றில் எது புதிது?

எண்ணெயில் நனைந்த துணியை, காய்ந்த சருகை பற்றிக் கொள்ளும் நெருப்புப் போல் நல்ல உடல்நிலையில் இருப்பவர்களையும் இந்த நோய் தொற்றிப் பரவியது என்கிறார் பவ்காச்சியோ. கரோனாவை இப்போது விவரிப்பவர்களும் 'காட்டுத் தீயாகப் பரவும் கரோனா' என்று பவ்காச்சியோவின் நடையிலேயே அதை விவரிக்கிறார்கள். எழுநூறு ஆண்டுகள் தாண்டியும் மனிதனின் கற்பனை அதே வழியில்தான் விஷயங்களைக் கவ்வி தன் வசத்துக்குக் கொண்டு வருகிறது.

தெளிவான அறிகுறிகளால் தன்னைக் காட்டிக்கொள்ளாமல் வரும் இன்றைய கரோனாபோன்றே அப்போது வந்திருக்கிறது பிளேக் நோய். இறந்தவர்களின் அடக்கத்தின்போது பத்து, பன்னிரண்டு நபர்களுக்குமேல் உடன் செல்லவில்லை. கண்ணீர் விட்டு அழுவதற்கு ஆளில்லை. மெழுகுவர்த்திகள் ஒளிரவில்லை. இறுதி ஊர்வலமில்லை. உடலைச் சுமந்து சென்றவர்களும் பாந்தம் கெட்ட பரபரப்போடு நடந்தார்களாம். இறந்தவர்களை அவரவர் தேர்ந்துவைத்த இடுகாட்டில் புதைக்க இயலவில்லை. அருகில் எங்கு இடம் கிடைத்ததோ அங்கே புதைத்தார்களாம். மன்றாடிச் செய்துகொண்ட எத்தனையோ பிரார்த்தனை ஊர்வலங்களுக்குப் பயனில்லை என்றும் சொல்கிறார் பவ்காச்சியோ. மீண்டும் மீண்டும் நிகழ்ந்ததே நிகழ்வதுதான் மனித வரலாறு என்று சொல்வார்கள்.

கரோனா எப்படி வருகிறது, ஏன் வருகிறது என்று நாம் ஆராய்வது போன்ற அவசியம் பவ்காச்சியோ காலத்தவருக்குத் துளிகூட இருக்க வில்லை. வானத்தில் கோள்களின் இயக்கம் காரணமாக பிளேக் வந்திருக்கலாம். அல்லது, நம் அட்டூழியங்களால் ஆண்டவனுக்கு வந்த நியாயமான ஆத்திரம் நம்மைத் திருத்துவதற்காக இதை அனுப்பி யிருக்கலாம். நோயிலிருந்து தப்பிக்க பிளாரண்டைன் நகரிலிருந்து வெளியேறியவர்களை பவ்காச்சியோ கேலி செய்கிறார். அநியாயக் காரர்களைத் தண்டிக்கப் புறப்பட்ட ஆண்டவனின் கோபம் அவர்கள் செல்லும் இடங்களுக்கெல்லாம் நிழலாகப் பின்தொடராதா? இந்த நம்பிக்கை அமைப்பின் ஜன்னல் வழியாகத்தான் சமுதாயம் தன் காலத்தின் நிகழ்வுகளுக்கு அர்த்தம் கண்டுகொள்கிறது.

அந்தந்தக் காலத்துக்கு அதனதன் ஞானத் தெளிவு. பிளேக் தொற்றைப் பற்றி பவுக்காச்சியோவுக்கு ஒரு நிச்சய அறிவு. எதையும் நிச்சயமாக அறிந்துகொள்வது மனிதர்களுக்குச் சாத்தியமா என்று நாம் என்றைக்கும் கேட்க மாட்டோம். அறிவின் நிச்சயத்தன்மைக்கு நாம் இப்படிப் பழகிக்கொண்டதால் ஆல்பெர் காம்யுவின் (Albert Camus) 'கொள்ளை நோய்' (The Plague) என்ற பிரெஞ்சு நாவல் எதையும் நிச்சயமாகச் சொல்ல முடியாது என்று கூறுவது நம்மை அதிரவைக்கும்.

வாழ்க்கையும் ஒரு பழக்கமே

காம்யுவின் நாவலில் வரும் மனிதர்களும், நிகழ்வுகளும் அவர் தத்துவம் எடுத்துக்கொள்ளும் உருவங்கள். கொள்ளை நோய்

தொற்றிக்கொள்ளும் ஓரான் நகரத்தில் மக்கள் செக்குமாடுபோல் உழைக்கிறார்கள், காதலிக்கிறார்கள், செத்துப்போகிறார்கள். அவரவரே அவ்வப்போது முடிவெடுத்துச் செய்வதுபோல் அல்லாமல் எதையும் பழக்கமாகவே வளர்த்துக்கொள்கிறார்கள். எல்லாம் பழக்கமாகப் படிந்துவிட்டால் வாழ்க்கையில் மனக் கிளர்ச்சிக்கான புதுமை இருக்காதுதான். ஆனால், சமூகப் பதட்டமும் கிளர்ச்சியும் கூட இருக்காதல்லவா!

ஓரான் நகரின் சாதாரணத் தன்மைக்குக் கொஞ்சமும் பொருத்த மில்லாத பெரிய நிகழ்வாகக் கொள்ளைநோய் வருகிறது. இது வருமோ என்று எதிர்பார்த்து அஞ்சுவதற்கு அப்போது காரணமே இல்லை. இந்த வினோத நிகழ்வின் முழு வீச்சைக் கணிக்க முடிய வில்லை. இது எப்படித் தோன்றியது என்று யாரும் கண்டறிய வில்லை. அப்போதைய உண்மையான துயரத்தைச் சொல்லிக் கொள்ள எப்போதோ உருவாகியிருந்த சராசரி சொற்களைத்தான் மக்கள் பயன்படுத்த வேண்டியிருந்தது. தனிநபர்கள் அனுபவிக்கும் விதியாக எதுவும் இருக்கவில்லை. எல்லாமே சமுதாயத்தின் ஒட்டு மொத்த தலைவிதியாக இருந்தது. ஒரு நிரவலைச் செய்து, அவையும் அவையுமாக இருந்த தனித்த தன்மையை பிளேக் அழித்துவிட்டது. தொற்றைத் தாங்கள் அறிந்த வகையை மருத்துவர்கள் இப்படிச் சொல்கிறார்கள்: ''இருக்கலாம்; எதுவாகவும் இருக்கலாம். இப்போது எதையும் நிச்சயமாகச் சொல்ல இயலாது.'' இந்தக் குழப்பம் ஓரான் நகர மக்களுக்கு மனக் கலவரமாகி, அது பீதியாக மாறி, பின்னர் ஆழ்ந்த சிந்தனையாகிறது.

கதை எழுதுபவர் எதை வேண்டுமானாலும் எழுதலாம் என்று சொல்பவர்களுக்கு காம்யு என்ன பதில் சொல்கிறார்? ''இப்படி ஒரு சீமை நோய் நம் நகருக்கு வரும் என்று மக்கள் நம்பவில்லை. சிலர் இதெல்லாம் இயற்கைதான் என்று ஏற்கிறார்கள். கதைசொல்லி இந்தக் கருத்து வேறுபாடுகளைக் கவனிக்க முடியாது. உண்மையில் அப்படித்தான் நடந்தது என்று அவருக்குத் தெரிந்ததால் அது அப்படித் தான் நடந்தது.'' வரலாறுகளின் உண்மையை இப்படி விமர்சிக்கும் காம்யு, ''மனிதனுக்கு எல்லாமே சாத்தியம் என்று எல்லோரையும் போலவே நம்பும் ஓரான் நகர மக்களால் கொள்ளைநோய் சாத்தியம் என்று நம்ப முடியாது'' என்று தன் பதிலை முடிக்கிறார்.

வெற்றி என்பது அனுபவம்

நிச்சயமில்லாத சூழலில் நிற்பவர்கள் எப்படிச் செயல்பட வேண்டும் என்பதை நாவலின் ஒரு கதாபாத்திரம் இப்படிச் சொல்கிறார்: "இதை பிளேக் என்று எடுத்துக்கொண்டு நாம் செயல்பட வேண்டும். அப்படிச் செயல்படும்போது அந்த முடிவுக்கும் நாம் பொறுப்பேற்க வேண்டும்."

உலகத்தில் மனிதனின் நிலைமைபற்றியும், நாம் செய்யக்கூடியது பற்றியும் காம்யு இதையேதான் சொல்கிறார். நாம் செய்யவேண்டிய முடிவுக்கு நமக்கு வெளியே ஒரு வழிகாட்டி இல்லை. மறைகளை, நெறிகளை, இறைவனையெல்லாம் நம் முடிவுக்குப் பொறுப்பாக்க முடியாது. எல்லாவற்றையும் தீர்மனித்துக்கொண்டிருந்த இறைவன் இருந்த இடம் இப்போது வெற்றிடம். நம் செயல் வழியாக நாமே தீர்மானிப்பதுதான் உண்மையாக வாழ்வதாகும்.

மரித்தவர்கள் கொள்ளை நோய்க்கும், வாழ்வுக்கும் இடையேயான போட்டியில் தோற்றிருப்பார்கள். பிழைத்தவர்கள் எதை வென்றிருப்பார்கள்? காம்யு இப்படிப் பதில் சொல்கிறார்: "பிளேக் நோயைத் தெரிந்துகொண்ட அனுபவத்தைத் தவிர வேறு ஒன்று மில்லை; அந்த அனுபவத்தை நினைத்துக்கொள்ளலாம். நட்பைத் தெரிந்துகொண்ட அனுபவத்தை அவர்கள் அடைந்திருப்பார்கள்; அதை நினைத்துக்கொள்ளலாம். அன்பைத் தெரிந்துகொண்ட அனுபவத்தை அடைந்திருப்பார்கள்; அதையும் ஒரு நாள் நினைத்துக் கொள்ள அவர்களுக்கு விதிக்கப்பட்டிருக்கும்."

கரோனா காலத்தில் உலகம் முழுதும் மக்கள் மறுவாசிப்பு செய்யும் நாவல் காம்யுவின் 'கொள்ளை நோய்'. கதைக்காக அல்ல, காம்யுவின் தத்துவ மரபுக்காக அந்த நாவலை மீண்டும் வாசிக்கிறார்கள். கரோனாவால் ஆழப்பட்ட மக்களின் அனுபவத்துக்கு காம்யுவின் நாவல் இப்போதும் ஒரு உருவம் கொடுத்து உதவியிருக்கும்.

(இந்து தமிழ் திசை, 31.05.2020.)

4. நம் கல்வி முறைக்கு முறி மருந்து

‘சிறுவர்களுக்கான தத்துவம்’ என்ற நூலை என்ன காரணத்தால், என்ன நோக்கத்தோடு தான் எழுதினேன் என்று சொல்லி அதன் ஆசிரியர் சுந்தர் சருக்கை நூலைத் துவக்குகிறார். சிறுவர்களுக்குத் தத்துவம் மிகவும் அவசியம். இப்போது அவர்களுக்கு அது அவசரத் தேவை என்பதாகவும் சொல்கிறார். சிறுவர்களுக்குத் தத்துவமா என்ற அதிர்ச்சியில் வீழ்பவர்களுக்கு நூலை நாமாக முயன்று நியாயப் படுத்திக்காட்ட வேண்டியதில்லை. நூலின் அவசியம், அவசரம்பற்றி அவர் சொல்வதை நாம் சுருக்கித் தரலாம்:

நம் கல்வி முறை (கவனிக்கவும் - ஏதோ ஒரு குறிப்பிட்ட கல்வித் திட்டமல்ல), இதர பாடங்களைவிட அறிவியல் பாடங்களை முக்கிய மாகக் கருதுகிறது. விரல் சொடுக்கில் அளவுக்கு அதிகமான தகவல்கள் மாணவர்களுக்கு இப்போது எட்டுகின்றன (தகவல்கள் அறிவாக மாற அவை இன்னொரு கட்டத்தைத் தாண்ட வேண்டும் என்று நினைவில் வையுங்கள்). இவற்றால் கற்றுக்கொள்வதன் தன்மை மாறியிருக்கிறது. கல்வி முறையின் அங்கமாகவே இருக்கும் அழுத்தம், அச்சம், போட்டி மனப்பான்மை ஒரு இணக்கமான, சமத்துவமான சமுதாயம் உருவாகத் தடைகளாக இருக்கும். இந்த நூல் மாணவர்களுக்கு இன்னொரு பாடமாக அமையாமல் மற்ற பாடங்களை ஆழமாகக் கற்கும் திறனைத் தரும். இங்கே காட்டுகின்ற தத்துவ அடிப்படையில் சிந்திப்பது அவர் களை மேலும் சுதந்திரமானவர்களாகவும், எதையும் விமர்சன நோக்கில் பார்க்கக்கூடியவர்களாகவும், படைப்பூக்கம் உள்ளவர் களாகவும் மாற்றும்.

ஆக, சுந்தர் சருக்கையின் இந்த நூல் நம் கல்வி முறைக்கு ஒரு முறி மருந்து என்று கொள்ளலாம்.

அவர் குறிப்பிடும் தத்துவம் சாக்ரடீஸ், ஆரிஸ்டாட்டில் போன்ற தத்துவ ஞானிகளின் தத்துவங்கள் அல்ல. ஒன்று நமக்குத் தெரியும் என்று நினைக்கும்போது தெரியும் என்ற முடிவுக்கு நாம் எப்படி வந்துசேர்கிறோம் என்று சிந்திப்பதே தத்துவம்தான். இது உண்மை, இது பொய் என்று பிரிக்கும்போதும் நமக்குள் தத்துவ அடிப்படை ஒன்று செயல்படுகிறது. இப்படி, தத்துவம் நாம் அன்றாடம் கற்றுக் கொள்பவற்றின் அங்கமாக, சிந்திக்கும் வழிமுறையாக இருக்கிறது.

பார்க்கத் தகுந்தது எது, தகாதது எது என்று அவர் சொல்வதில்லை. பார்க்கும்போது, பார்த்தல் என்ற அந்தச் செயலில் என்னென்ன நிகழ்கிறது என்று கவனிக்கச் சொல்கிறார். பச்சையாக இருக்கும் இலை பழுப்பாக மாறுவதைப் பார்த்தாலும் அதை ஏன் நாம் அதே இலை என்று சொல்கிறோம்? கண்களை மூடித் தூங்கினாலும் கனவில் வருவதைப் பார்த்தோம் என்று எப்படிச் சொல்கிறோம்?

நாம் கணக்குப்போடும்போதும், தேர்வு எழுதும்போதும் மட்டும் தான் சிந்திக்கிறோமா? நாம் சிந்திக்காத நேரம் ஏதேனும் உண்டா என்று சோதித்துப் பாருங்கள். நாம் நம்மோடு நடத்திக்கொள்ளும் உரையாடலைத் தானே சிந்திப்பது என்று சொல்கிறோம்? நிறைய சொற்களைத் தெரிந்துவைத்திருப்பவர் நல்ல சிந்தனையாளரா? நிறைய கருத்தாக்கங்களைத் தெரிந்தவர் அவரைவிட ஆழமாகச் சிந்திக்கக்கூடியவர்தானே?

படிப்பது என்றால் என்ன? ஒரு கருத்து நம்மை எப்படி அடுத்து வரும் கருத்துக்கு அழைத்துச் செல்கிறது என்று தெரிந்துகொள்வது தானே அது? சிந்தித்தல் என்பது ஒரு புள்ளியில் இருந்து அடுத்த புள்ளிக்கு நகர்வது என்றால், படிப்பதும், எழுதுவதும்கூட அதுவே தானே? எல்லாவற்றையும் தொடுதல், முகர்தல் போன்ற புலன்வழிச் செயல்களால் அறிந்துகொள்கிறோம் என்றால் ஏழு, எட்டு என்ற எண்களை முகர்ந்தோ, ருசித்தோவா அறிந்துகொள்கிறோம்?

ஒரு வகுத்தல் கணக்கைச் செய்து சரியான ஈவு கண்டுபிடித்தாலும், ஓர் ஓவியத்தைப் பார்த்தாலும் அற்புதம் என்கிறோம். இந்த இரண்டு அற்புதங்கள் தரும் மகிழ்ச்சியும் ஒரே தன்மையானதா?

நல்லவராக இருப்பது என்பது நூற்றுக்கு நூறு மதிப்பெண் எடுப்பது இல்லை என்று தெரியும். இருந்தாலும் ஏன் நல்லவராக இருக்க முயற்சிக்கிறோம்? நமக்கு இது தகாது என்று யாரும் சொல்லித் தராவிட்டாலும் நாம் இன்னொருவரைக் காயப்படுத்த மாட்டோம்.

அப்படியானால் உயரம், எடை போன்றே தார்மீகப் பண்புகளும் நம்மிடமே உள்ளவைதானே?

இவை ஒவ்வொன்றும் வரலாற்றில் தனித்தனி தத்துவ மரபுகளாகவே வளர்ந்துள்ளன. சுந்தர் சருக்கை அவற்றைக் கருத்துச் செறிவு குறையாமல் எளிமையாக்குகிறார். சிறுவர்களுக்குத் தகுந்த நூலின் மொழி நடைக்குக் குறை ஏதும் இல்லாமல் மொழிபெயர்த்திருக்கிறார்கள் த. ராஜனும், சீனிவாசராமாநுஜமும். விவாதம் அடுத்து எந்தப் புள்ளிக்கு நகர்வதை வாசிப்பவர்கள் எதிர்பார்ப்பார்கள் என்ற கற்பனைத் திறத்தோடு நூல் கட்டப்பட்டுள்ளது. சித்திரங்களும் வடிவமைப்பும் அந்த ஓட்டத்தை உணர்வுப்பூர்வமாக உள்வாங்கிக்கொண்டவை. நூலுக்கு அறிமுகமாகும் சிறுவர்கள் புதிய தலைமுறையின் துவக்கமாக இருப்பார்கள்.

(இந்து தமிழ் திசை, 11.12.2021.
பேராசிரியர் சுந்தர் சருக்கையின் ‘சிறுவர்களுக்கான தத்துவம் - சிந்தித்தல், படித்தல், எழுதுதல்’.
தமிழ் மொழிபெயர்ப்பு: த. ராஜன், சீனிவாச ராமாநுஜம்.
‘எதிர் வெளியீடு’ (பொள்ளாச்சி) ஜூலை, 2021.
கட்டுரை அந்நூலுக்கான மதிப்புரை.)

5. கதையில் தன்னைக் கரைத்துக்கொள்ளும் கதாசிரியர் இமையம்

இமையத்தின் படைப்புகள் பலவற்றில் இரண்டு தன்மைகள் மேலோங்கியிருப்பதை வாசகர்கள் கவனித்திருக்கலாம். அவர் படைப்புகளில் கதாசிரியரின் சுவடுகூடத் தெரியாது. கதைகளில் தன்னை அவர் கரைத்துக்கொண்டிருப்பார். சிலவற்றில் கதைசொல்லியாக ஒரு பாத்திரம் வருவது உண்டுதான். ஆனால் அந்தக் கதைசொல்லிப் பாத்திரத்தில் எதையும் கதாசிரியரின் பார்வையாகவோ குரலாகவோ நாம் அடையாளம் காண இயலாது. ஒரு கதாசிரியர் அந்தந்தப் பாத்திரங்களுக்குள் புகுந்து அஷ்டாவதானம் செய்யும் கதைகளை எப்படி நம்மால் ரசிக்க முடியும்? பல கதாசிரியர்களுக்குக் கதைகளில் தங்களைத் தவிர்த்துக்கொள்ளத் தெரியாது. கதாசிரியர் என்று யாருமே இல்லாமல் தங்களாகவே கால வெளியில் விரிந்து பெருகுபவையாக இமையத்தின் படைப்புகள் தோன்றும். இது அவர் படைப்புகளின் முதலாவது தன்மை.

உரையாடல் வழியாகவே தன்னை நகர்த்தி முன்னேறும் கதைகளை நாம் படித்திருப்போம். உரையாடல் என்பது இமையத்தின் படைப்புகளில் கதையை அடுத்தடுத்தக் கட்டங்களுக்கு நகர்த்தும் உத்தியாக இல்லாமல், உரையாடலேதான் கதை என்பதாக இருக்கும். இது அவர் படைப்புகளில் காணும் இரண்டாவது தன்மை. கதையின் ஒரு கூறுதான் உரையாடல் என்ற ஏட்டுப் படிப்புக்காரர்கள் நான் சொல்வதை விமர்சன நூதனத்திற்குச் செய்யும் முயற்சியாகக் கருதக் கூடும். இமையத்தின் கதைகளில் நிகழ்வுகள் என்று ஒன்றிரண்டுதான் இருக்கும். அவையும் தன்னளவில் முக்கியமானவையாக இருக்காது. சம்பவங்களாகிய கொழுகொம்பு தேவையே இல்லை என்று தானாகவே மேவும் கொடி போன்றவை அவர் உரையாடல்கள். நல்ல நாடகத்தின் இயல்பும் இதுவேதான். அநேகமாக எந்தப் படைப்புக்கும் இலக்கியத் தன்மையைத் தருவதும் இதுதான்.

இந்த இரண்டு தன்மைகளுமே ஒன்றோடு ஒன்று நெருங்கிய தொடர்பு உடையவை. பாத்திரத்தைத் தன்போக்கில் பேச விட்டால் மட்டுமே வெளியில் வைத்த கற்பூரம்போல் கதாசிரியர் கதை வெளியில் கரைந்துபோவார்; மணம்தான் நமக்கு அனுபவமாகும். இமையத்தின் 'எங் கதெ' நாவலை, பாத்திரங்களை ஆக்கிரமித்துக் கதாசிரியர் தானே பேசும் படைப்பு வகைகளோடு ஒப்பிட்டுப் பாருங்கள். இமையத்தைப் பற்றி இப்படி நான் சொல்வதை ஷேக்ஸ்பியரைப் பற்றியும் முன்பே சொல்லியிருக்கிறார்கள். நல்ல இலக்கியப் படைப்பின் பொது அடையாளமாக இது இருக்கக்கூடும். நாடகம் என்ற இலக்கிய மரபு ஷேக்ஸ்பியரை வழிநடத்தியிருக்கும். நாடக மரபை மதித்து ஷேக்ஸ்பியர் தன்னை மறைத்துக்கொள்ளும் கட்டாயம் அவருக்கு இருந்திருக்கும். இலக்கிய மரபு அப்படி விதிக்கும் வரம்பு எதுவும் நாவல் எழுதிய இமையத்திற்கு இருக்க வில்லை என்பதை நாம் கவனிக்க வேண்டும்.

இமையத்தின் 'நறுமணம்' என்ற சிறுகதைத் தொகுப்பில் 'உண்மைக் கதை' என்று ஒன்று. கதையில் அநாதை இல்லத்தில் இடம் தேடும் லீலாவதி என்று ஒரு மூதாட்டி. லீலாவதி அநாதை இல்லத்தைத் தேடும்போதும், அதை அடைந்தபோதும், தன் மகன் செல்வத்தோடு பேசுவதுதான் முழுக் கதையும். சம்பவம் என்று சொல்வதற்குத் தகுதி பெறும் எதுவும் அங்கே இல்லை. ''ஒனக்குப் புள்ளையா பொறந்து நான் படுகிற பாடு இருக்கே அதுக்கு நான் செத்துப்போவலாம்'' என்று தன் விதியை நொந்துகொள்கிறார் செல்வம். அதற்கு மறு மொழியாகக் கண்ணீர்விட்டுக்கொண்டே, '' நாங்கதான் ஆசப்பட்டு பெத்தம் ஒன்னே. நீ கேக்கல'' என்று சொல்வார் லீலாவதி. தன் விருப்பம் என்ற சுதந்திரத்தில் சிசுக்கள் பிறப்பதில்லை என லீலாவதி பகடி பேசுகிறாரா என்பது எனக்குத் தெரியாது. அச்சு அசலாக லீலாவதிதான் பேசுகிறார் என்பது மட்டும் எனக்குத் தெரியும். தான் பேசும் ஒன்றிரண்டு சொற்களிலேயே தன்னைப் படைத்துக்கொண்டு சுயாதிக்கம் பெற்றுவிடும் பாத்திரம் அது.

ஆட்டோவில் போனால் அநாதை இல்லம் இருக்கும் இடத் திற்கு விரைவாகச் சென்றுவிடலாம் என்று சொல்லும் மகனிடம், ''கல்யானத்துக்காப் போறம்? முகூர்த்த நேரம் முடியுரத்துக்குள்ளார போவனுமின்னு வேகமா போறதுக்கு? நான் வனவாசம்தான போறன்?'' என்று தனக்குத் தானே பேசுவதுபோல் பேசுகிறார்

லீலாவதி. பாமரர்களின் மொழி தட்டையாக, லேவடையாக இருக்காது. அது பண்பாட்டு இழைகளை நெருக்கி நெய்த துணியின் ஊட்டத்தோடு இருக்கும். குடும்பத்திற்குள் நுழைத்து, சமுதாயத் தோடு இசைவிக்கும் திருமணம் என்ற சடங்கையும், அந்தச் சமுதாயத்தைத் துறக்கும் வனவாசம் என்ற இன்னொரு சடங்கையும் அவர் எதைக் கண்டு எதிரும்புதிருமாக வைத்தார்? மின்னல் வெட்டாக வந்து அடுத்த விநாடி மறையும் ஒரு ஆழம்.

வாழப் பிடிக்கவில்லை என்பதை லீலாவதி எப்படிச் சொல்வார்? ''எளம் புள்ளைங்க எல்லாம் ரெண்டு மூணு புள்ளைங்கள வுட்டுட்டுத் தீக்குளிச்சி சாவுதுங்க ...ரவரவ புள்ளைங்களுக்கு இருக்கிற மனசு எனக்கு இல்ல. ஒலகத்த வெறுக்கத் தெரியல. அந்த மனசு இல்லாததால எம்மாம் அசிங்கம்?'' அசிங்கமும் அழகும் எந்த வேரிலிருந்து இருவேறு நிறத்தில் பூக்கின்றன பாருங்கள். நம்மைக் கேட்டால் வெறுக்காதது கோழைத்தனம், வெறுப்பது துணிவு என்று தட்டையாகச் சொல்லிவிடுவோம். லீலாவதியின் நெஞ்சில் வெறுப்பும், வைராக்கியமும் அழகுணர்ச்சியோடு எப்படிப் பின்னிக்கொண்டன?

மக்கள் தங்களைத் தாங்களே எப்படிப் பார்த்துக்கொள்கிறார்கள்? உலகத்தை எப்படிப் பார்க்கிறார்கள்? எதற்குக் கோபிக்கிறார்கள்? எதற்கு அழுகிறார்கள்? எதனைப் பெருமையாகக் கொண்டாடு கிறார்கள்? எதைச் சிறுமை என்று வெறுக்கிறார்கள்?—இவற்றைச் சாதாரணச் சொற்களில், எளிமையின் சிக்கனத்தோடு சொல்லிவிடு கிறார்கள் இமையத்தின் பாத்திரங்கள். சொல்லும் பொருளின் கனமே அந்தச் சொற்களில் அழுந்தாது. அவரவர்களின் சொற்களில் அந்தந்தச் சமூக நிலைக்குரிய கற்பனை வளத்தோடு அப்படியே வந்து விழுபவை. பொதுவான கருத்து வட்டார மொழியைப் போர்த்திக்கொண்டு வருகிறது என்று சொல்ல இயலாது. அந்த மனவோட்டமும், உலகப் பார்வையும் அந்த மொழியில்தான் பிறக்கும்; அந்தப் பாதிரங் களுக்குத்தான் கைவரும். இப்படி இழை பிரிக்க இயலாமல் பின்னிக் கிடப்பதுதான் இலக்கியம்.

ஆங்கிலக் கவி ராபர்ட் ப்ரௌனிங் (Robert Browning) கவிதை களை வாசகர்கள் படித்திருப்பார்கள். ஒரு பாத்திரத்தின் தற்கூற்றாகவே கவிதைகள் இருக்கும். சூழலின் மையத்திலிருந்து பாத்திரம் தன் தற்கூற்றைத் துவக்குவார். கேட்டுக்கொண்டிருப்பவரை அந்தத் தற் கூற்றின் சொற்களிலிருந்துதான் நாம் ஊகிக்க முடியும். இது ஒரு நாடக

வகைத் தற்கூற்று. நம் கற்பனைக்கு எட்டாமல் சூழலில் புதைந்திருக்கும் பரிமாணங்களை இந்தத் தற்கூற்று பிழிந்துபிழிந்து காட்டும். இமையத்தின் ‘எங் கதெ’ இப்படியொரு தற்கூற்று. தன் கதையைச் சொல்லும் பாத்திரம் சூழலைத் துழாவிக் கொட்டிக்கொண்டே இருப்பார். அந்தக் கட்டத்தைவிட்டு கதை நகர வேண்டும் என்று நாம் கேட்க மாட்டோம். அடுத்து என்ன, அடுத்து என்ன என்று கேட்கும் பத்தாம்பசலித்தனம் நமக்கு வராது. ஒரு சூழலுக்கு எத்தனை வைரப் பட்டைகளைக் காட்டுவார் இந்தக் கதைசொல்லி என்ற வியப்பு தான் மேலோங்கும்.

‘எங் கதெ’யின் கமலாவை நமக்குத் தெரிந்த மாந்தர்களின் வகைக்குள் அடக்க முடியாது. கணவனை இழந்த கமலாவுக்குக் கல்யாணத்தைத் தள்ளிப்போட்டுக்கொண்டேயிருக்கும் வாலிபரோடு பழக்கம். அவருடைய மூன்று தங்கைகளும் கமலாவோடு சண்டை பிடிக்கிறார்கள். அந்தச் சண்டையை கமலா எப்படிக் காண்கிறார்? சிரித்துக்கொண்டே, ‘‘தெருவுல ஒரு குறத்தியப் பிடிச்சிக்கிட்டு மூணு நாயிங்க கடிச்சிக் குதறுன மாதிரி இருந்திச்சி’’ என்று சொல்கிறார் கமலா. அவர் ஏன் சிரிக்கிறார்? அந்தச் சூழ்நிலையில் அவர் தன்னைத் தானே எப்படி மதிப்பிட்டுக்கொள்கிறார்? நீங்கள் எத்தனைச் சொற்களைக் கொண்டு, எவ்வளவு துல்லியமாகச் சொன்னாலும் அவர் சிரிப்பின் பொருளைச் சொல்லிவிட முடியாது.

அந்தத் தங்கைகளிடம் தன் கைப்பேசி எண்ணை ஏன் கொடுத்தார் என்று விளக்கும் வகையில் கமலா, ‘‘திட்டுவாங்கத்தான். இம்மாம் அம்மாம் இல்லெ. அம்மாம் திட்டு. ஒரே கல்யாண ஊட்டுல மூணு மைக் செட்ட கட்டுன மாரி இருந்திச்சி’’ என்று சொல்கிறார். ஓடும் நீரில் சுழித்துச்சுழித்து ஒரே சூழலின் ஆழத்தைக் காட்டும் கதை. இதற்கு அடுத்த கட்டம் என்று ஏதேனும் இருக்க முடியுமா? சம்பவங்கள் என்ற தூண்களே இல்லாத அந்தரம். அந்தரத்திற்குத்தான் எத்தனை பரிமாணங்கள்! இமையம் மனித உறவின் சிக்கல்களைச் சொல்கிறார், சமூக முரண்களைப் பேசுகிறார், வாழ்வின் அவலங் களைக் காட்டுகிறார், உணர்வுத் தீயில் சிறகுகளைத் தீய்த்துக்கொண்டு மாய்பவர்கள்தானே நாமெல்லாம்!—இப்படி நாம் அறிந்த வகையில் இமையத்தை விவரிப்பதில் ஏதும் விமர்சனச் சிறப்பு இருப்பதாக எனக்குத் தெரியவில்லை.

படைப்புகளுக்குப் பொதுவான அளவுகோல்கள் இல்லை. இன்ன ராகம், இன்ன தாளம் என்று சொல்பவர்களை அதற்காகவே பெரிய ரசிகர்கள் என்று ஏற்பீர்களா? ரசனை திக்கித் திணரும்போது, அது நல்ல படைப்பு இல்லை என்று ஒதுக்குவோமா? கதாசிரியர் தன்னை முற்றாகத் துடைத்துக்கொள்வதில் பிறப்பவைதான் இமையத்தின் படைப்புகள். இப்படித் துடைத்துக்கொள்வது எல்லா படைப்பாளிகளுக்கும், எப்போதும் இயலுவதல்ல. பாத்திரங்களின் வார்த்தையாடலையே கதையாக்குவதும் எல்லோருக்கும் இயலுவதல்ல.

(இலக்கியத்துக்கான இருமாத இதழ்,
'தலித்', மே-ஜூன் 2022,
இமையம் சிறப்புப் பகுதி.)

6. 'நட்சத்திரம் நகர்கிறது' - பா. இரஞ்சித்தின் அழகியல்

தற்செயலாகத்தான் அண்மையில் இந்தத் திரைப்படத்தைப் பார்த்தேன். அது என்னைப் பிடித்துக்கொண்டது. மீண்டும் பார்க்க வேண்டும் என்று தோன்றவே, நான்கு நாட்களுக்குப் பின் மறுபடியும் பார்த்தேன். இன்னும் பார்க்கலாம் என்றுதான் தோன்றுகிறது.

சில இலக்கிய விமர்சனக் கோட்பாடுகளைப் புரிந்துகொள்வதற்கு இந்தப் படத்தை எடுத்துக்காட்டாகக் கொள்ளலாம். தமிழ்த் திரையில் இப்படி ஒரு எடுத்துக்காட்டு கிடைப்பது அபூர்வம்.

நாடகக் குழு ஒன்று நாடகம் தயாரிக்கிறது. அதுதான் திரைப் படத்தின் புறச் சட்டகம் (frame story). இந்தச் சட்டகத்திற்கு உள்ளே நாடகம் வளர்கிறது. இயல்பான காதல் உணர்வைச் சமுதாயம் சில நேரங்களில் நாடகக் காதலாகப் பார்ப்பதும் அதன் விளைவும்தான் அவர்கள் தயாரிக்கும் நாடகம்.

நாடகக் குழுவின் உறுப்பினர்களில் பலர் நிஜவாழ்வில் காதலர்கள். சிலர் தாங்களே அறியாத காதலர்கள், அல்லது, விலக முடியாமல் விலகி மீண்டும் சேர்ந்துகொள்ளும் நிலையில் உள்ள காதலர்கள். நாடகக் குழுவின் அர்ஜுன் தன் குழு உறுப்பினர் ரெனேவை நிஜ வாழ்வில் காதலிக்கிறார். அவர்கள் ஒத்திகை பார்க்கும் நாடகத்தில் வருவதுபோலவே, அவர் காதலிலும் சாதி கௌரவம் குறுக்கிட்டு விடுகிறது. திரைப்படத்திற்குள் இருக்கும் நாடகம் தன்னையே அச்சு அசலாக இரட்டித்துக்கொண்டு திரைப்படமாக விரிகிறது. மிகவும் சுவாரசியமான இலக்கிய உத்தி இது. இப்படி கதைக்குள் அதே கதையாக அடுக்கி வருகிறது திரைப்படம்.

ரெனேயின் காதலனாக ஒத்திகை பார்க்கும் இனியன் ஒரு கட்டத்தில் அவரை நிஜமாகவே முத்தமிடுகிறார். ஆத்திரத்தில் ரெனெ மேடையிலிருந்து இறங்கி தனியே அமர்ந்து பொருமுகிறார். அவர் களுக்கு இடையில் இன்னும் முற்றிலும் முறிந்துவிடாத காதல் இருக்கிறதே என்று சிலர் சமாதானமாகவும், என்ன இருந்தாலும் இனியன் செய்தது தவறு என்று சிலர் அதை ஏற்காமலும் பேசிக் கொள்வார்கள். இங்கே என்ன நடக்கிறது? ஒரு உள் சட்டகம் உடைந்து புறச் சட்டகத்துக்குள் சிதறிவிடுகிறது. நாடகமும் நிஜமும் தங்கள் எல்லைகள் குலைந்து கலந்துவிடுகின்றன. இதுவும் ரசிக்கத் தக்க உத்திதான்.

இனியனால் ரெனேயின் ஆத்திரத்தை விளங்கிக்கொள்ள இயல வில்லை. அதற்குமுன் ரெனேயை அவர் ஆயிரம் முறை முத்த மிட்டிருக்கிறாரே! இப்போது மட்டும் ரெனேவுக்கு என்ன வந்தது? திருமணத்துக்கு முந்தைய பாலுறவு என்பது மிகச் சாதாரணம், காதல் நிலைக்காவிட்டால், அத்தோடு மாய்ந்துபோகாமல் இன்னொரு காதலரை ஏற்கலாம், தன் சொத்துபோல காதலிமீது காதலன் உரிமை கொண்டாடக் கூடாது—இந்த நிலைப்பாடுகள் ரெனேவுக்கும் இனியனுக்கும் பொதுவானவை என்பதை அவர்கள் உரையாடல் முன்பே நமக்குச் சொல்லிவிடுகிறது. பிறகு, தன்னை இழந்த நிலையில் இனியன் கொடுத்துவிட்ட முத்தத்திற்கு மட்டும் ரெனே ஏன் அவ்வளவு கோபிக்கிறார்? 'என் உடம்பு என் உரிமை' என்ற தனி மனித சுதந்திரம் மதிக்கப்படாதபோது அவருக்கு இந்த ஆத்திரம் வருகிறது. மற்றதெல்லாம் சமுதாயம் தன் பொருட்டு கற்பித்து வைத்த விதிகள். இப்படி ஒழுக்கநெறிகளைத் தனிமனித சுதந்திரத் திற்கு உள்ள மரியாதை என்ற புள்ளிக்குக் கொண்டுவந்து நிறுத்து கிறார் பா.இரஞ்சித் (என் நடையில் நான் ரஞ்சித் என்றுதான் சொல்வது வழக்கம். இருந்தாலும், ரெனெ ஒரு இடத்தில் சொல்வது போல் ஒருவர் எப்படி அழைக்கப்பட வேண்டும் என்று தீர்மானிப்பது அவர் உரிமைதானே!).

இந்த முத்த நிகழ்வைக் கதையில் நான் முதன்மைப்படுத்த காரணம் உண்டு. திரைப்படம் கஸ்டாவ் கிலிம்ப்டின் முத்த ஓவியம் ஒன்றைக் காட்டித்தான் துவங்குகிறது. இனியன்-ரெனே காதலும் முத்தம் ஒன்றால்தான் சட்டென்று மலர்கிறது. இந்தக் கட்டத்தில் முத்தத்தால் வந்த கோபம் ஒரு பெண்ணுக்குத் தன் உடம்பின் மீதுள்ள சுதந்திரத்தின் அழுத்தமான குறியீடாகிவிடுகிறது.

சமுதாயம் விதித்த தளைகளோடு காதல் என்ற இயல்பான உணர்வு நிகழ்த்தும் சுதந்திரப் போராட்டம் திரைப்படத்தின் பேசு பொருள். இந்தப் பொருளின் அரசியல் அம்சத்தைவிட அது எப்படி திரை வடிவம் பெறுகிறது என்பதை நாம் கவனிக்க வேண்டும். வழக்கமான திரைப்படத்தின் வடிவத்திலிருந்து இந்தப் படம் தன்னை முழுமையாக விடுவித்துக்கொண்டுள்ளது. அப்படி ஒரு புதிய சுதந்திரத்தில் தனக்குத் தனியான ஒரு அழகியலையும் கண்டு கொண்டது. இதைக் கொஞ்சம் விளக்கலாம்.

ஒத்திகையின்போது விஜயனிடம் குழுவின் மாஸ்டர், "உங்கள் காதல் உணர்வை எப்படி வெளிப்படுத்துவீர்கள்? அதற்கு ஒரு வடிவம் (form) கொடுங்கள்" என்று சொல்வார். நம்மைப் போலவே விஜயன் form என்றால் என்ன என்று கேட்பார். 'உடல் அசைவுகள், செய்கை—இப்படி உங்கள் உணர்வுக்கு ஏதாவது ஒரு வடிவம்' என்று பதில் வரும். உண்மையில் எல்லா கலைகளுக்குமே இந்த வடிவம்தான் (form) ஆதாரம். கலைகளில் வடிவத்தைத் தவிர அவற்றில் உள்ள மற்றெதுவும் அவ்வளவு முக்கியமல்ல. குறிப்பாக நாமாகவே அதற்குள் காணும் தத்துவங்கள் முக்கியமல்ல. பேசுபொருள் என்பது கலைப் படைப்பின் வடிவத்துக்கு ஒரு சாக்கு என்றுதான் சொல்வேன். நாடக வடிவம் பற்றிப் பேசும்போது வடிவத்தை (form) எலியட்டின் objective correlative என்றும் சொல்ல இயலும். பரதம் ஆனாலும், நாடகம் ஆனாலும், திரைப்படம் ஆனாலும் வடிவம் சரியாக அமைவதுதான் அதன் கற்பனைச் சிறப்புக்குச் சான்று.

பாத்திரங்களின் வசனத்தில் அரசியல் எவ்வளவு இருப்பதாக நமக்குத் தெரிந்தாலும், இரஞ்சித்தின் அக்கறை படத்தின் வடிவத்தில் தான் இருந்துள்ளது. படத்தின் கலை அம்சத்தை நாம் சரியாக மதிப்பிட வேண்டும் என்பதற்காக இதைச் சொல்கிறேன். துணிச்ச லான இந்தப் படம் தமிழ்த் திரையின் அழகியலை வெகுவாக முன்னோக்கி நகர்த்தியிருக்கிறது. வேறொருவர் இந்த வழியில் முயற்சித்திருந்தால் இப்படியொரு சாதனை நிகழ்ந்திருக்குமா என்பது சந்தேகம்.

கதைக்குத் துவக்கம் இல்லை, முடிவும் கிடையாது. அதாவது, இயல்பாகச் செல்லும் வாழ்க்கையில் ஒரு பிரச்சினை உருவாகி, அது கச்சிதமாகத் தீர்க்கப்பட்டு, கதை 'சுபம்' என்பதிலோ அல்லது பிரச்சினை மிகவும் முற்றிய நிலையில் 'சோகம்' என்பதிலோ

முடியவில்லை. கதாநாயகன் என்று யாரும் இல்லை. இனியனும் விஜயனும் கதையின் பிரதான பாத்திரங்கள்; அவர்கள் பாத்திரப் படைப்பு அந்த வகைதான். படத்தில் நாயகன், நாயகி என்ற பாத்திரங்களுக்கான கதைப் பரப்பே இல்லை. அந்தப் பரப்பை உருவாக்கும் ஆசையை இரஞ்சித் லாவகமாகத் தவிர்த்துள்ளார். தமிழ் என்ற ரெனேயும் வழக்கமான கதாநாயகியின் பாத்திரமல்ல. மற்ற பாத்திரங்களைவிட அவர் அழுத்தமாக வரையப்பட்ட அற்புதமான கதாபாத்திரம். பாதிக்குப் பாதி துஷாராவின் நடிப்புத்தான் அந்தப் பாத்திரத்தையே படைக்கிறது. ஏற்கனவே படைக்கப்பட்ட ஒரு பாத்திரத்தோடு அவர் ஒன்றிவிட்டார் என்று சொல்வது அவருக்கு நாம் முழுமையாகச் செய்யவேண்டிய நியாயமாகாது. அந்தப் பாத்திரத்திற்கு ஒரு அபூர்வமான பண்பாட்டுக்கு உரிய நளினமும் நுட்பமும், வசீகரமான துணிவும், தீர்மானமும் உண்டு. அது வரித்துக் கொண்ட சுதந்திரம் அதை மேலும் அபூர்வமாக்குகிறது. பாத்திரம் இப்படி உருவாகி இருப்பதில் துஷாராவின் பங்கு அதிகம்.

கதைக்குள் கதையாக வரும் நாடகத்துக்குக் கதையே கிடையாது. வெளிச் சட்டகமாக இருக்கும் திரைப்படத்திற்கும் கதை என்ற ஒன்று இல்லை. ஒவ்வொரு ஒத்திகையின் போதும் தன் கதைக் கட்டங்களை நாடகம் தேடிக் கண்டுபிடிக்கிறது. தகப்பனே தன் மகளைக் கொல்வதாகக் காட்டலாமா அல்லது மகளின் காதல் மணத்துக்கு அவர் சம்மதிப்பதாகக் காட்டலாமா என்று நடிப்பவர்களே பேசி முடிவு செய்வார்கள். இந்த வகைக் கதைகள் தகப்பனே கொல்வதாக முடிவதுதானே வழக்கம் என்பார் குழுவின் மாஸ்டர். கதையை நாம் வேறு அச்சில் வார்த்துக்கொள்ளலாம் என்பார்கள் நடிகர்கள். கதையின் போக்கு ஏற்கனவே நிச்சயிக்கப்பட்டதல்ல. நாடகத்தின் முடிவைத் திரைப்படம் ஒரு பொருட்டாகவே கொள்ளவில்லை. இங்கே அரசியல் அல்ல, கலைவடிவம்தான் முக்கியத்துவம் பெறுகிறது.

நாடக பாணியில் செந்தமிழ் வசனங்கள் வரும் நாடகம் ஒன்றும் படத்தில் சில நொடிகள் நிகழும். திரைப்படத்தில் சரியான உச்சரிப்போடு ஆங்கிலத்திலும் உரையாடுவார்கள். புலம்பல் இலக்கிய மரபில் கதை ஒன்றும் வரும். மேற்கத்திய மேடை நாடகம்போல் கோரஸ் வரும். தமிழில் ஒரு பிராட்வே ஆங்கில ஆபர (opera) உருவாக்கும் முயற்சியோ என்று உங்களையே கேட்டுக்கொள்வீர்கள். கதைக்குள் வரும் நாடகத்தில் பொம்மலாட்டம்போல் பாத்திரங்கள்

வருவார்கள். சில நிகழ்வுகளை கார்ட்டூன்களாகக் காண்கிறோம். ஒன்றோடு ஒன்று இசையாதவையாகத் தோன்றும் இவை, திரைப் படத்தின் அழகியலால் பாந்தமாகப் பின்னிக்கொள்கின்றன. திரைப் படத்தின் மெய்யான அழகியல் எல்லா முரண்களையும் கரைத்துத் தன்மயமாக்கிக்கொள்கிறது.

தனக்கு முந்தைய கலைப் படைப்புகளைத் தனக்குள் கொண்டு வராத, அல்லது நம் நினைவில் தூண்டாத ஒரு படைப்பு செறி வானதாக இருக்காது. 'ஒரிஜினலாக' இருக்க வேண்டும் என்ற பத்தாம்பசலி பதைப்புதான் அங்கே மேலோங்கும். இந்தப் படம் அந்த வழக்கமான திரைப்படத் தன்மையிலிருந்து விடுதலை பெற்ற ஒன்றா இல்லையா என்று இப்போது சொல்லுங்கள்.

ஒரு ஒத்திகையின்போது குழுவின் மாஸ்டர், "இது என்ன, சினிமாத்தனமாக நடிக்கிறீர்கள்?" என்று கேட்பார். இப்படி இந்தத் திரைப்படம் தன்னைத்தானே விமர்சித்துக்கொள்ளும் வகையைச் சேர்ந்தது. தான் உருவாகும் விதத்தையே தன் கதையாக்கிக்கொள்ளும் வகை. சினிமாத்தனம் உள்ளவை எப்படி இருக்கும்? மரணப் படுக்கையில் இருக்கும் தன் பாட்டியைக் காண ஊருக்குச் செல்கிறார் விஜயன். அங்கே வரும் காட்சிகள் எல்லாம் வழக்கமான திரைப்படக் காட்சிகளாக அமைக்கப்பட்டிருக்கும். படத்திற்கு உள்ளேயே காட்சி களாக வரும் இவற்றின் சம்பிரதாய வடிவத்துக்கும் திரைப்படத்தின் நூதனமான வடிவத்துக்கும் எவ்வளவு வேறுபாடு! தான் எந்த பாணியிலிருந்து விடுதலை பெற்றதோ அதிலேயே சில காட்சிகளை உருவாகவிட்டு, கதையை நகர்த்துவது தன் பகடியைத் தொனி அளவிலேயே வைத்துக்கொள்ளும் அழகியல் நுட்பம். தன் பகடிக்கு அது சம்பவங்களையோ, கதையையோ நாடவில்லை.

ஒத்திகை பார்க்கும் நாடகம் மேடையேறி நடந்துகொண்டிருக்கும் போது, சமுதாயத்தின் தார்மீகக் காவலர் ஒருவர் தன் வன்முறையால் அதைக் குலைத்துவிடுகிறார். நாடகம் நடக்கவில்லை. எப்படியோ எல்லாரும் சேர்ந்து அவரை விரட்டுகிறார்கள். ரெனே அவரை நாற்காலியால் அடித்துக்கொண்டே "செத்துப் போ" என்று கத்து கிறார். ரெனேயின் உயர்வான கலாச்சார நளினத்தையும், அவரது தீர்மானமான சிந்தையையும்கூட அந்த முரடரின் கொடுமை சற்று நேரம் குலைத்துவிடுகிறது. அதுதான் நமக்கு வலிக்கிறது. அநியாயத்தின் எதிரில் சமுதாயத்தின் பண்பாட்டு அழகு குலைந்துபோகும்போது

நமக்கு அனுபவமாகும் வலி அது. மனித குடும்பத்தின் எப்போதுமே தீராத துயரம். பின்பு நாடகக் குழுவினர் மௌனமாக அமர்ந்து வானத்தைப் பார்த்துக்கொண்டிருக்கிறார்கள். அந்த இறுதிக் காட்சி யிலும் வானத்தின் குறுக்கே பாயும் நட்சத்திரம் ஒன்று. 'பிரபஞ்சம் ஒரு வசீகர ஜாலம், அழகோ அழகு!' பிரபஞ்சத்தின் அழகை வியந்து கொண்டே திரைப்படம் முடிகிறது.

அழகியல் தொடர்பாக திரைப்படத்தின் குறைகள் இரண்டையும் சொல்லிவிடுகிறேன். நம் ரசனையை நம்பி, தன் படைப்பில் இவ்வளவு புதுமைகளைச் செய்திருக்கும் இரஞ்சித் ஏன் படத் தலைப்பின் அழகுக்கு 'ந', 'ந' அடுக்கு மொழியை நம்புகிறார்? சமுதாயத்தின் மீது ரெனெவுக்கு இருக்கும் கோபத்துக்குக் காரண மாகச் சிறுவயதில் அவருக்கு நிகழ்ந்த சம்பவங்களைக் கார்ட்டூன் களாக்கிக் காட்டுகிறார்கள். அந்தப் பாத்திரப் படைப்பில் ஒரு உளவியல் காரணமும் (motive) வைக்க வேண்டுமா? அது இல்லாம லேயே அவர் அழுத்தமான பாத்திரம்தானே? சமூகக் காரணம் தனிநபரின் உளவியல் காரணமாகப் பார்க்கப்படும் ஆபத்து அதில் இருக்கிறதல்லவா?

படத்தின் துவக்கத்தில் மைக்கெல் பூப்லேயின்,

"புதிய விடியல்

புதிய நாள்

எனக்குப் புதிய வாழ்க்கை

... இந்தப் பழைய உலகம் எனக்குப் புதிய பூமி

... சுதந்திரம் என் உரிமை"

என்ற ஆங்கிலப் பாடல் ஒலிக்கிறது. இந்த விடுதலைக் குரலை படம் பேசும் அரசியலில் மட்டுமல்லாமல் அதன் கலை வடிவத்திலும் காணலாம். 'இவ்வளவு பெரிய பிரபஞ்சத்தில் நாம் ஒரு துகள். அந்த நினைவு இருந்தால் நமக்குள் சண்டை, சச்சரவு வராது. அப்போது மனித வாழ்க்கை எவ்வளவு ரம்மியமாக இருக்கும்!' விரியும் வானத்தைக் காட்டி இப்படி ஒரு அர்த்தம் தொனிக்கப் பேசுகிறார் ரெனே. மகத்தான பிரபஞ்சத்தில் மனிதனின் கேவல இருப்பைக் காண்பது வெறும் அரசியல் மட்டும்தானா? இந்தத் திரைப்படம் அரசியலிலும், அதற்கும் உயர்ந்த தளத்திலும் வடிவம் எடுத்துள்ளது.

('அருஞ்சொல்' மின்னிதழ், 14.10.2022.)

மொழி

1. தமிழுக்குத் தேவை மாற்றங்களை ஏற்கும் நெகிழ்ச்சி

தமிழ் மொழியைப்பற்றிப் பேசும் நூல்கள், அந்தப் பொருள் குறித்து ஒரு விஞ்ஞானி பேசும் மொழியில் அமைவதில்லை. உணர்வுகளின் சிக்கலைத் தவிர்ப்பது அறிவியல் மொழி. அத்தகைய மொழி மரபில் வரும் இ.அண்ணாமலையின் 'தமிழ் இன்று - கேள்வியும் பதிலும்' என்ற நூல் தமிழ்ச் சொல்லாடலில் புதுமை என்று சொல்லலாம்.

'தமிழின் எதிர்காலம் அதன் கடந்த காலத்தில் இல்லை' என்று வழக்கமான சொல்லாடலின் அனுமானத்தை மறுத்து நூல் துவங்கு கிறது. பழமையை ஆராதிக்கும் அணுகுமுறை, மொழித் தூய்மை, மொழிச் செம்மைபற்றிய சனாதன கருத்தாக்கங்கள்—இவற்றி லிருந்து விலகிய இந்த நூல் தமிழ்ச் சிந்தனைக்கு மாற்றுத் தடம். மாற்றுக் கருத்தை மாற்றார் கருத்தாகக் காணும் வழமை மாற வேண்டும் என்று சொல்லி நூலாசிரியர் தமிழின் பல பரிமாணங்கள் பற்றிய கேள்விகளுக்குப் பதில் தருகிறார்.

தமிழுக்குச் சுதந்திரம்

தமிழ் எதிர்கொள்ளும் பிரச்சினைகள் தமிழின் தொன்மை அல்லது செம்மொழித் தன்மைக்கான ஆதாரங்கள் பற்றியவை அல்ல. சரியா, தவறா என்பதற்கு உரைகல்லாகப் பழைய இலக்கணத்தை எப்படி நிலைநிறுத்துவது என்பதும் அல்ல. தமிழ்ச் சமுதாயம் பேச வேண்டியது, ''மாறிவரும் உலகத்துக்கேற்ப மாறும் சுதந்திரம் தமிழுக்கு வேண்டும்'' என்பதே. தமிழ்பற்றிய சில கருத்தாக்கங்கள் இந்தச் சுதந்திரத்தை மறுக்கின்றன என்பது நூலின் மையக் கருத்து.

தமிழுக்கு வேண்டும் சுதந்திரத்தின் வடிவங்களாக நூல் காட்டுவன எவை? எழுத்துத் தமிழ் பேச்சுத் தமிழுக்கு நெருங்கி வர வேண்டும். ஊடகங்களிலும் கற்பனை இலக்கியங்களிலும் இப்போது நாம் காணும் இந்த நெருக்கம் உச்சரிப்பில் மட்டுமல்ல, இலக்கணத் திலும் உண்டு. பள்ளிப் பாடங்களில் இது அறிவுத் துறைகளின் சொல்லாடலை எளிமையாக்க உதவும்.

உலகின் புதுச் சூழல் தரும் புது அனுபவங்களை எழுத தமிழ் எழுத்து முறையில் நெகிழ்ச்சி வேண்டும். தன் தேவையைத் தானே நிறைவு செய்துகொள்வது மொழியின் தன்மை என்பதால் எழுத்து முறையில் நெகிழ்ச்சி அதுவாகவே வருகிறது. அரசாங்கத்துக்கும், பழைய சமூக நிறுவனங்களுக்கும் தமிழின் வளர்ச்சிப் போக்கை முடிவு செய்யும் ஆதிக்கம் இருந்தது. இன்றைய தொழில்நுட்ப வளர்ச்சி அந்த ஆதிக்கத்தின் இறுக்கத்தை தளர்த்திக் காட்டியது. தமிழில் வரும் மாற்றங்கள் யாரோ திட்டமிடுபவை அல்ல என்பதை இவை காட்டும் என்கிறார் ஆசிரியர்.

புது மரபு, புது இலக்கணம்

புதியவற்றையும் மொழி பேச வேண்டும் என்பது சமூகத் தேவை. அதனால் கடன் சொற்களும், அவற்றோடு புது எழுத்துகளும் வருகின்றன. வேற்று எழுத்துகளையும், சொற்களையும் சேர்த்துக் கொள்வதால் தமிழ் அல்ல என்று ஆகிவிடாது தமிழ். தமிழுக்குக் கேடு வரும் என்ற பயம் நம்மைச் சேராதவைபற்றி நமக்கு இருக்கும் பொதுவான அச்சம். இந்த அச்சத்துக்கு அறிவியல் நியாயமோ, வரலாற்று நியாயமோ இல்லை என்று காட்டுகிறார் அண்ணாமலை. துருக்கிய மொழி ரோமன் வரிவடிவத்திலிருந்தாலும் அது துருக்கிய மொழியாகத்தான் இருக்கிறது. கடன் சொற்களால் ஒரு மொழி வேற்று மொழியாகுமானால் ஆங்கிலம் லத்தீன் மொழியாகியிருக்கும். சுவடி யுகத்திலிருந்து அச்சுக்கு வந்தபோது நெகிழ்ந்து கொடுத்து மாற்றங்களை ஏற்றதுபோலவே கணினி யுகத்திலும் தமிழ் தானே நெகிழும். நெகிழ்ச்சியும் மாற்றமும்தான் தமிழை நிலைபெறச் செய்தன.

தமிழுக்கு இன்றைய தேவை புதிய மரபுக்கான புதிய இலக்கணம். எப்படி புதிய இலக்கணம் பிறக்கிறது என்பதற்கு நூல் எடுத்துக்காட்டு தருகிறது. 'ரஸம்' என்று எழுதினால் அது தமிழின் மரபை முறிக்க எழுதுவது. 'இரசம்' என்பது மரபைக் காக்க வேண்டும் என்பதற்காகவே எழுதுவது. இரண்டுமே சமூகத்தின் மொழித் தேவைக்காக வருபவை

அல்ல. 'இரசம்' என்பதில் மரபு ஒன்றைத் தவிர சொல்லுக்கு முன் வரும் இகரத்துக்கு வேறு தேவை இல்லை. 'ரசம்' என்பதே போதும். இந்தப் பெரும்பான்மை வழக்கு புது இலக்கணமாகிறது.

தாழ்ந்ததா பேச்சுத் தமிழ்?

இலக்கண விதிகளைக் காட்டி சிலவற்றை 'தரமானவை' என்றும் மற்றவை 'பிழை வழக்குகள்' என்றும் பிரிப்பதன் விளைவைச் சொல் கிறது நூல். அந்த 'தரமானவை' முதன்மை பெற்று, மொழியைச் சாதாரண மக்களிடமிருந்து விலக்கிவைக்கும். மொழியில் அதிகாரம் வரித்துக்கொள்பவர்கள்தான் இப்படித் தரம் பிரிப்பார்கள்.

பள்ளிக்கூடமும், பாடப் புத்தகமும் மொழிபற்றிய கருத்தியல்கள் இல்லாத அப்பாவிகள் அல்ல. தங்கள் கருத்தியல்களுக்கு ஒப்ப ஒரு தமிழை உருவாக்க அவை முனையும். எழுத்துத் தமிழ் உயர்ந்ததல்ல. பேச்சுத் தமிழும் தாழ்ந்ததல்ல. உயர்வு, தாழ்வுபற்றிய நினைப்பு இந்த மொழி வடிவங்களைப் பயன்படுத்துவோரின் அந்தஸ்துபற்றி நம் சமூக அமைப்பு செய்யும் மதிப்பீடுதான்!

தமிழுக்கு வேண்டும் நெகிழ்ச்சி

தமிழுக்குத் தேவையான நெகிழ்ச்சியை இலக்கணவாதிகளோ, மொழியியலாளர்களோ, ஆர்வலர்களோ தீர்மானிப்பதில்லை, தமிழில் எழுதும் பல துறைகளைச் சேர்ந்தவர்கள் தமிழ் எங்கே நெகிழ வேண்டும் என்று காட்டுகிறார்கள். நெகிழ்ச்சியின் அடையாளம் உச்சரிப்பு, எழுத்துக்கூட்டு, இலக்கணம் ஆகியவற்றில் காணப்படும் மாற்று வடிவங்கள். மாற்று வடிவங்கள் பிழைகள் அல்ல. ஒரு புது வழக்கு பெருகினால் அதுவே ஒரு இலக்கண விதி. புது விதி மொழியைக் கெடுப்பதில்லை. கெடுக்கிறது என்போமானால், தமிழில் இலக்கண வளர்ச்சி திரங்கிவிட்டது என்பது நம் முடிவு என்று அந்த வாதத்தின் குறையைக் காட்டுகிறார் நூல் ஆசிரியர்.

மொழி வளர்ச்சிபற்றிய நம் சிந்தனையில் ஒரு முரணைக் காட்டு கிறது நூல். புதியவற்றைப் பேசுவதற்கு முன்பு மொழி தன்னைத் தயார் செய்துகொள்ள வேண்டும் என்கிறோம். உண்மையில், புதிய வற்றைப் பேசுவதன் வழியாகத்தான் மொழி வளர்கிறது. இதே முரணைச் சொல்லாக்கத்திலும் பார்க்கலாம். சொல் குறிக்கும் பொருளைப் பேசாமல் நாம் சொல்லையே செதுக்கிக்கொண்டிருப் போம். மொழித் தூய்மை பற்றிய கொள்கை, ஆங்கிலச் சொல்லை

மொழிபெயர்த்துக்கொள்ளும் போக்கு, சொற்களோடு நம் உறவு அறிவைவிட உணர்வு சார்ந்ததாக இருப்பது—இவை சொல்லாக் கத்தில் நமக்கு உடன்பாடு வராததற்கு அண்ணாமலை காட்டும் காரணங்கள்.

அறிவுத் தமிழ் இயக்கம்

தமிழால் முடியுமா என்ற கேள்விக்கு மொழியியல் அடிப் படையில் நூல் பதில் தருகிறது. மொழிக்கு உள்ளார்ந்த திறன் என்பது கிடையாது. மொழி பேசும் சமூகத்துக்கு முனைப்பு இருந்தால் எந்த மொழியும் எதையும் செய்ய முடியும். அறிவுத்துறைகளில் இருப்பவர் களின் சிந்தனை தமிழில் கட்டமைந்த அறிவுத் தமிழை உருவாக்கலாம். அறிவுத் தமிழ் அறிவியல் தமிழ் மட்டுமல்ல. அவரவர்களும் தங்கள் அறிவுப் புலம்பற்றி மாணவர்களுக்கும், பொதுமக்களுக்கும் தமிழில் எழுத வேண்டும். இந்த எழுத்தியக்கம் அரசின் தயவுக்குக் காத்திருக்கத் தேவையில்லை. தமிழ்த் துறை சார்ந்தவர்களே எழுத வேண்டும், கலப்பில்லாத தமிழில் எழுத வேண்டும் என்பதும் இல்லை. ‘‘அறிவுத் தமிழ் எழுத்தியக்கம் தமிழ் அறிவுஜீவிகளின் கடமை’’ என்று முடிகிறது நூல். இந்த நூலில் மொழியியலும் தமிழ் ஆர்வமும் ஒன்றிவிடும் புது இசைவின் மனக் கிளர்ச்சியை அனுபவிக்கலாம்.

(இந்து தமிழ் திசை, 06.06.2019.

இ.அண்ணாமலையின் ‘தமிழ் இன்று - கேள்வியும் பதிலும்’

(அடையாளம் பதிப்பகம், 2017) நூலுக்கு விமர்சனம்.)

2. எழுத்துத் தமிழுக்கு ஏன் இந்தக் கூச்சம்?

கொஞ்ச காலத்துக்கு முன்புவரை 'அப்பாயி' என்ற சொல் புழக்கத்தில் இருந்தது. அப்பாவைப் பெற்றவர் என்று அதற்குப் பொருள். 'அம்மாயி', 'அப்பாயி' இரண்டையுமே புழங்கிக்கொண் டிருந்தவர்கள் 'பாட்டி' என்ற ஒரே சொல்லை அவற்றுக்குப் பதிலாக இப்போது பயன்படுத்துகிறார்கள். 'பாட்டி' என்பதற்கு 'பெற்றோரின் தாய்' என்ற பொத்தாம்பொதுவான பொருள்தான் உண்டு. அவர் அம்மாவின் தாயா, அப்பாவின் தாயா என்று அது குறிப்பாகச் சொல்லாது. 'அப்பாயி' என்ற துல்லியமான சொல்லை பொதுத் தமிழ் தக்கவைத்துக்கொள்ளவில்லை என்பதற்கு என்ன சமாதானம் சொல்லலாம்? பொதுத் தமிழ் பொத்தாம்பொதுத் தமிழாகிறது என்றுதான் சொல்ல முடியும்.

இன்னொரு சிக்கலும் உண்டு. இந்தச் சொல் புழக்கத்தில் இருந்த போதுகூட எழுத்தில் வந்ததாகத் தெரியவில்லை. எழுத்துத் தமிழ் இப்படி ஒதுங்கியிருந்தே அந்தச் சொல்லைத் தொலைத்துவிட்டது. அதற்கான காரணத்தை மொழிக்குள் தேட முடியாது; மொழிக்கு வெளியே தேடிக் காணலாம். அது மொழியில் தெரியும் ஒரு வகை பகட்டு நாகரிகத்தின் சுய ஒதுக்கம். இன்றைய தமிழை உள்ளார்ந்த, மொழி சார்ந்த காரணிகள் நிர்ணயிக்காமல் சமூகக் காரணிகளோ அரசியல் காரணிகளோ நிர்ணயிக்கின்றன. நான் சிறுவனாக இருந்த காலத்தில்கூட 'நீர்ச் சோறு' என்பதற்குப் பதிலாக 'நீர் விட்ட சாதம்' என்று சொல்வது நெருடாமல் இருந்தது. நான் சொல்லும் சமூகக் காரணிகள் உங்களுக்கு இப்போது விளங்கியிருக்கலாம். (நீர்ச் சோறு 'பழையது' அல்ல; நீர் விட்ட சாதம் 'தண்ணீர்விட்ட சாதம்' அல்ல. நம் உரையாடலே எவ்வளவு சிரமமாகிவிட்டது, பாருங்கள்!).

சொல்லுக்குத் தேவையில்லையா?

கால மாற்றத்தில், தேவை அற்றுப்போகும் சொற்களை மொழி உதிர்த்துக் கொட்டிவிடுகிறது; அப்படி உதிர்த்த சொல்தான் 'அப்பாயி' என்று சொல்வார்கள். பாட்டி வீட்டுக்குப் போகும் குழந்தையைக் கேட்டால், ''நான் சீர்காழி பாட்டி வீட்டுக்குச் செல்கிறேன்'' என்றோ

''மாயவரம் பாட்டி வீட்டுக்குச் செல்கிறேன்'' என்றோ சொல்லும். ஊரைச் சேர்த்துச் சொல்லி, தான் செல்வது அம்மாயி வீடா, அப்பாயி வீடா என்ற துல்லியத்தைத் தன் சொல்லில் சாதித்துவிடுகிறது. ஆனால், அந்தக் குழந்தையை அறிந்த உறவினர்களுக்குத்தான் அதன் சொற்களின் துல்லியம் புரியும்.

இப்படிப்பட்ட சொற்களுக்குத் தேவை அற்றுப்போகாது. சுந்தர ராமசாமி, தன் புத்தகம் ஒன்றில், ''என் தாத்தாவின்...'' என்று எழுதி, அதன் விளக்கமாக அடைப்புக்குறிகளுக்குள் 'என் அம்மாவின் அப்பா' என்று எழுதுகிறார். இன்னொரு புத்தகத்தில், 'எங்கம்மாவின் அப்பா' என்று விரிவாக எழுதிவிட்டு, 'என் தாத்தா' என்று அதைச் சுருக்கியும் சொல்கிறார். உறவைத் துல்லியமாகச் சொல்வதற்கு நம் காலத்திலும் தேவை இருந்துதானே இப்படி எழுதுகிறார்?

பொதுத் தமிழ் இப்படித்தான் இருக்க வேண்டும் என்று நம் பள்ளிக்கூடப் புத்தகங்கள் வெகுவாக நிச்சயிக்கின்றன. உரையாடலாக அமைத்திருக்கும் ஒரு பாடத்தில் 'நூல் விற்பனை நிலையம்' என்ற தொடர் வருகிறது. இந்தத் தொடர் என்ன சொல்கிறது என்பதோடு எதைத் தவிர்க்கிறது என்பதையும் நாம் கவனிக்க வேண்டும். மொழித் தூய்மையோ, வேறு வளர்ச்சிப் போக்கோ பேச்சுத் தமிழில் பரவலாகப் புழங்கும் 'புத்தகக் கடை' என்பதைத் தவிர்த்துவிட்டது.

'குளத்து மீன்' என்று சொன்னாலே அது கடல் மீனிலிருந்து வேறுபட்டுவிடும். ஆனால் அதை 'நன்னீர் மீன்' என்று எழுதுகிறோம். கிராமங்களிலும், பேச்சு வழக்கிலும் இருக்கும் சொற்கள் ''நாங்கள் தான் இருக்கிறோமே'' என்று எழுதுபவருக்கு எதிரே வந்து நிற்கும். இருந்தாலும், பொதுத் தமிழ் அவற்றிலிருந்து ஒதுங்கி, மேலே செல்கிறது. 'பலசரக்குக் கடை'யிலிருந்து பொதுத் தமிழ் விலகி 'பல்பொருள் அங்காடி'க்குச் சென்றது மொழி வரலாற்றில் ஒரு திருப்பம், பகட்டுத் தமிழின் திசை நோக்கிய திருப்பம்.

சொல்லில் விவரச் செறிவில்லாமலும், விவரங்களை வளைந்து தழுவிக்கொள்ளும் கற்பனை இல்லாமலும், நம் பொதுத் தமிழ் எழுத்துத் தமிழாகவே இளைத்துவிட்டது.

எழுத்து மொழியின் டம்பம்

பிரெஞ்சு மொழியைச் செம்மையாக்க அர்ப்பணிப்போடு பணி யாற்றியவர் தூய்மைவாதியான மல்ஹெர்ப் (Malherbe). இதற்காகவே செயிண்ட் ஜான் துறைமுகத்தின் சுமைத் தொழிலாளர்கள் பேசுவதை

அவர் உற்றுக் கேட்பார் என்பது வரலாறு. தான் படித்ததையெல்லாம் விட அடுப்படியில் (‘சமையல் அறை’ என்று படித்துக்கொள்ளவும்) பணிப் பெண்கள் பேசிக்கொண்டவற்றை ஒட்டுக்கேட்டதுதான் மிகவும் உதவியாக இருந்தது என்கிறார் அயர்லாந்தின் நாடக ஆசிரியர் ஜெ.எம்.சிங் (J.M. Synge).

சாமானியர்களின் கற்பனை வளத்தை அவரைப் போலவே புகழ் கிறார் ‘மொழி நடை’ என்ற ஆங்கில நூலின் ஆசிரியர் எப்.எல். லூகஸ் (F.L.Lucas). மொழிக்கும் கல்விக்கும் உள்ள தொடர்பு பற்றிய கசப்பான உண்மையாக அவர் சொல்வது இதுதான்: ‘‘நாகரிகமும் கல்வியும் அறிவைக் கூர்மையாக்கினாலும் மொழியின் கருக்கை அழித்துவிடுகின்றன’’.

நெல்லை அவித்து, காயவைத்து அரைப்பதாக எழுதுகிறோம். அவித்த நெல்லை ‘ஆவாட்டு’வார்கள்’; காயப்போடுவதில்லை. கருக்கு இழந்த மொழியில்தான் அவித்த நெல் காயும். ‘கருக்கு’ என்ற பேச்சு வழக்குச் சொல்லை நான் விளக்க வேண்டுமானால் ‘சுணை’ என்ற இன்னொரு பேச்சு வழக்குச் சொல்லைக் கொண்டுதான் விளக்குவேன். கருக்கில்லாத அரிவாள், சுணை இல்லாத அரிவாள் என்றால் அது எழுத்துத் தமிழில் ‘கூர் மழுங்கிய அரிவாள்’. புதுக் கருக்கு அழியாத நகை, புதுக் கருக்கு அழியாத புடவை என்று சொல்வது உண்டு; அணிந்து பழசாகிப் போகாதவை என்று பொருள். ‘‘புதுக் கருக்கு அழியாத நகையை அடகு வைக்கிறீர்களே: அப்படி என்ன கஷ்டம் வந்தது?’’ என்று கேட்டார் நண்பர். அப்போதுதான் எனக்குப் புது நகைக்கும் கருக்கழியாததற்கும் வேறுபாடு துலங்கியது. எழுத்துத் தமிழ் துல்லியத்தைத் துடைத்துக்கொண்ட தமிழ்.

காலப்போக்கில் சில சொற்கள் வழக்கொழிவது உள்ளதுதானே என்று நீங்கள் கேட்கலாம். உள்ளதுதான்; ஆனால், எழுத்துத் தமிழ் இந்தச் சொற்களிலிருந்து வேண்டுமென்றே ஒதுங்கி, இப்போது அந்த ஒதுக்கம் தமிழுக்கு இயல்பாகிவிட்டது. இப்படிக் கூசி ஒதுங்கும் தமிழைத்தான் மாணவர்களுக்கு லட்சியத் தமிழாகச் சொல்லித்தர வேண்டுமா?

மல்ஹெர்ப், ஜெ.எம். சிங், எப்.எல்.லூகஸ் சொல்பவற்றை அப்படியே இங்குள்ள நிலவரத்துக்குப் பொருத்த முடியாது. ஆனாலும், நம் எழுத்துத் தமிழுக்குச் சில அசட்டு ஆர்வங்கள் உண்டு என்பது உண்மை. தானே பொதுத் தமிழாகவும் இருக்க வேண்டும், எதைப்பற்றி எழுதினாலும் அதற்கு அறிவியல் மொழியின் சாயல்

வேண்டும், சிந்தனை ஆழப் பாசாங்கில் தன்னை பேச்சு மொழி யிலிருந்து நாசூக்காக உயர்த்திக்கொள்ள வேண்டும் என்பதெல்லாம் எழுத்துத் தமிழின் போக்கு. இவற்றுக்கும் மேலே சென்று, அது தனக்கு இலக்கிய மொழியின் பழமைக் கவர்ச்சி வேண்டும் என்றும் ஆசைப்படும். இத்தனை அரிதாரங்களையும் ஒன்றாகப் பூசிக் கொண்டு மேடையேறும் மொழி எப்படி இருக்கும்?

விறைத்துப்போன உரைநடை

பள்ளிக்கூடப் பாடப் புத்தகத்தில் பேச்சு மொழியில் பாடங்கள் உண்டு. வட்டார வழக்கில் எழுதிய பாடங்களும் உண்டு. பழைய தமிழிலும், இலக்கிய நடையிலும் பாடங்கள் உண்டு. இவற்றுக்கு மேல் என்ன வேண்டும் என்று கேட்பீர்கள். இவற்றையெல்லாம் கோத்து, விவரித்து, மாணவர்களுக்கு மொழிப் பயிற்சியின் இலக்கைக் காட்டும் ஒருங்கிணைப்பு மொழியோ விறைத்துப்போன எழுத்து மொழியாக இருக்கிறது. கோக்கும் சரடாக இருக்கும் அந்த மொழியே, "நீங்கள் முன்மாதிரியாகக் கொண்டு பழகவேண்டிய மொழி நான்தான். மற்றவையெல்லாம் காகிதம் நிரக்கவும், நயத் துக்கும், வினோதத்தின் கவர்ச்சிக்கும் அந்தந்த எழுத்தாளர்கள் செய்த ஒப்பனை" என்பதைப் போன்ற ஒன்றைச் சொல்லாமலே சொல்லி விடும்.

ஒரு மொழி நடையை நீங்கள் முன்வைத்துப் பேசினாலோ, எழுதினாலோ, உங்கள் மொழி நடையே நீங்கள் முன்வைக்கும் மொழிக்கு விமர்சனமாகிவிடும். நம் பள்ளிக்கூடப் பாட நூல்களில் இந்த முரண் உரத்து ஒலிக்கிறது. மொழியைப்பற்றி அந்த மொழியைக் கொண்டே எழுதுவதில் உள்ள சிக்கலுக்கும் மேலான சிக்கல் இது. நம் மொழிப் பாட நூல்களுக்கு இந்தப் பிரக்ஞை இருப்பதாகத் தெரியவில்லை. நூல், தான் தேர்வு செய்த பாடங்கள் தாங்களாகவே மாணவர்களோடு உரையாடிக்கொள்ளட்டும் என்ற சுதந்திரத்தில் அவற்றை விட்டிருக்கலாம். அதுதான் மொழி கற்பிக்கும் சரியான முறை. பாடங்கள் ஒவ்வொன்றுக்கு முன்னும்பின்னும் இன்னொரு மொழியில் சட்டம்போட்டு, உள்ளே இருக்கும் ஓவியத்தைவிட அந்தச் சட்டத்தை ஏன் எடுப்பாக்க வேண்டும்?

தாலிகட்டிப் புடவை

நான் சொல்வது பேச்சுத் தமிழுக்கான சலித்துப்போன பரிந்துரை என்று தள்ளக் கூடாது. எழுத்துத் தமிழும் பேச்சுத் தமிழும் தங்கள்

சொற்களிலும், சொற்கோர்வையிலும் வேறுபடுவது இயல்பு. ஆனால், இரண்டின் சிந்தனை அச்சும் வேறுபடும் என்பதை நாம் கவனிக்க வேண்டும். உலகை அறிந்துகொள்ளும் ஒரு வழியை அடைத்து, இன்னொரு வழியைத் திறந்துகொள்கிறோம். இப்படிச் செய்வதன் லாப-நஷ்டக் கணக்கு மிகவும் முக்கியம். சொற்களில் நம் கலாச்சார அச்சின், சிந்தனைத் தடத்தின் பதிப்புத் தெரியும். எழுத்துத் தமிழ் இந்த அச்சு ஆழமாகப் பதிந்த சொற்களை விட்டு, விலகிப் பயணிக் கிறது. கொடி முந்திரி மறைந்து அதன் இடத்தில் 'திராட்சைப் பழம்' நிலைத்தது. 'துவரை அரிசி', 'துவரம் பருப்'பானது.

உங்கள் எல்லோருக்குமே திருமணப் புடவை தெரியும்; முகூர்த்தப் புடவை தெரியும். 'தாலிகட்டிப் புடவை' என்ற தொடர் சிலருக்குத் தான் பழக்கமிருக்கும். உடுத்திக்கொண்டு மனையில் ('மணமேடையில்' என்று படித்துக்கொள்ளவும்) அமர்ந்து தாலிகட்டிக்கொண்ட புடவைக்கு அதுதான் பெயராக இருந்தது. ''பழையவை கழிந்து புதிய சொற்கள் வந்துவிட்டன. எல்லாம் ஒன்றுதானே!'' என்று சொல்லக் கூடும். தாலி கட்டிக்கொண்ட பிறகுதான் புடவைக்கு அந்தப் பெயருக் கான தகுதி வரும். தாலிகட்டிப் புடவையால் பேரப் பிள்ளைக்குத் தூளி கட்டுவார்கள்; அதையே மடித்துத் தொட்டிலில் மெத்தையாகப் போடுவார்கள். கடைக்குச் செல்பவர்கள் முகூர்த்தப்பட்டு வாங்க லாம், திருமணப் புடவை வாங்கலாம். கடைக்காரரும் இவற்றை இந்தச் சொற்களாலேயே விளம்பரப் படுத்தலாம்; விற்கலாம். தாலி கட்டிப் புடவை என்று விளம்பரம் செய்து விற்க முடியுமா? திருமணப் புடவை திருமணத்துக்குப் பிறகுதானே தாலிகட்டிப் புடவையாகும்! பேச்சுத் தமிழ்ச் சொற்களின் சிந்தனை அச்சு இப்போது உங்களுக்கு விளங்கியிருக்கும். இந்தச் சொற்களுக்கெல்லாம் கூச்சப்படும் எழுத்துத் தமிழ் நம் கலாச்சாரத்துக்குத்தானே கூச்சப்படுகிறது!

(இந்து தமிழ் திசை, 19.07.2020 சில திருத்தங்களுடன்.)

ஞாயிறு பதிப்பு 'அரங்கம்' பிரிவில், 'மறைமலை அடிகள்: மொழிக் கலப்பிலிருந்து தமிழை மீட்டவர்' (மறை தி. தாயுமானவன்), 'பரிதிமாற்கலைஞரின் மொழிக் கொள்கை' (ஜெ. சுடர்விழி) என்ற இரண்டு கட்டுரைகளோடு சேர்த்து இந்தக் கட்டுரையையும் 'இந்து தமிழ் திசை' பிரசுரித்திருந்தது.)

3. சொற்கள் எனும் சதுரங்கக் காய்கள்

மொழிகளில் பயிற்சி, மொழிக் கூறுகளான ஒலி, பொருள், இலக்கணம் பற்றிய அறிவு—இந்த இரண்டும் நமக்குப் பழக்க மானவை. மொழித் தத்துவம் என்ற மூன்றாவது தமிழ் உலகுக்கு அவ்வளவாகப் பழக்கமில்லாதது. மொழி, அர்த்தம், மனம்பற்றிய விற்கன்ஸ்ரைன் (Ludwig Wittgenstein) சிந்தனைகளை விவாதிக்கும் பேராசிரியர் செ.வே. காசிநாதனின் நூல் இந்தக் குறையைப் போக்கும். விற்கன்ஸ்ரைனை விளக்கும்போது மொழிபற்றிய தத்துவ மரபுகளைச் சொல்லவேண்டியிருக்கும். சுருக்கமாக என்றாலும், நூலின் போக்கிலேயே அதைக் குறையில்லாமல் செய்கிறார் ஆசிரியர். மொழித் தத்துவம் என்ற நெரடான பொருளுக்குத் தமிழைச் செம்மையாகத் தயாரித்திருக்கிறார் என்றும் சொல்ல வேண்டும். அது உபரிப் பங்களிப்பு; நமக்கு மிகவும் தேவைப்படுவது.

அசுரர் தலைவனான விரோச்சனன், ஒரு குளத்தின் நீரில் படிம மாகத் தெரியும் தன் உடம்பையே தான் என்று ஏற்று, ஏமாந்து போகிறான். தேவர்களின் தலைவன் இந்திரனோ, தன் உடம்பின் படிமம் தானாகவா இருக்கும் என்று சந்தேகிக்கிறான். தன் சந்தேகத் துக்குப் பிரம்மாவிடமிருந்து இந்திரன் ‘ஆழமான’ விடைகளைப் பெற்றான் என்பது கதை. கதையைச் சொல்லி, இந்திரனுக்கு வாய்த்த இந்த ‘ஞானபாக்கியத்தை’ நூலின் துவக்கத்தில் நளினமாகப் பகடி செய்யும் ஆசிரியர், அதே தொனியில் தன் விவாதத்தைத் தொடர்ந்து, அந்த ரச ரேகை அழுந்தப் பதிய நூலை முடிக்கிறார்: ‘‘எனக்கு ஒரு… வங்கிக் கணக்கிருக்கிறது, செல்போன் இருக்கிறது என்கிறதுபோல, எனக்கு மனம் இருக்கிறது என்று சொல்வேனா… ?’’ இந்தத் தொனியை அடையாளம் காணும் வாசகர்கள் நூலை ஒரு படைப்பிலக்கிய மாகவே வாசிக்க இயலும். மெய்யியலும் மொழி லாவகமும் இவ்வாறு இணைவது அரிது.

பெர்ட்ரண்ட் ரசலின் (Bertrand Russell) சமகாலத்தவரான லுட்விக் விற்கன்ஸ்ரைன் இருபதாம் நூற்றாண்டின் தலைசிறந்த மெய்யியலாளர். விற்கன்ஸ்ரைன் சிந்தனைகளைப்பற்றிப் இலங்கைப் பல்கலைக்கழக மெய்யியல் மாணவர்களுக்காகப் பேராசிரியர் காசி நாதன் 1973 முதல் நிகழ்த்திய வகுப்பறை உரைகள் 1983ஆம் ஆண்டில் கட்டுரை வடிவம் பெற்றவாறே இப்போது நூலாகி யுள்ளது. நூலின் விவாதத்தை ஆசிரியரின் சொற்களைக்கொண்டே சுருக்கித் தந்திருக்கிறேன். சில இடங்களில் அவர் கருத்து மாறாமல் சொற்களையும், சில எடுத்துக்காட்டு வாக்கியங்களையும், மாற்றியும் சேர்த்தும் கொடுத்திருக்கிறேன்.

நான் யார்?

மொழி, அர்த்தம், மனம்பற்றிய கருத்துகள் பல்லாயிரம் ஆண்டுகள் மனித சிந்தனையைக் களிம்பாக அப்பிக்கொண்டிருப்பவை. இந்தக் கருத்துக் களிம்பின் பீடிப்பால் மெய்யியலில் அநேக பிரச்சினைகள் எழுகின்றன. தத்துவ ஐயங்கள் உண்மையில் மொழியின் தன்மை பற்றிய புரிதலின் போதாமை.

மனம் என்ற அகமும், உடல் என்ற புறமும்தான் நாம் என்ற இருமைச் சித்திரம் நமக்கு இயல்பான புரிதலாகிவிட்டது. விளைவாக, ‘அவன் யார்?’ என்று கேட்க இயல்வதுபோலவே ‘நான் யார்?’ என்று கேட்பது சாத்தியம்; முதல் கேள்விக்கு விடை தருவதுபோலவே அடுத்ததற்கு விடை தருவதும் சாத்தியம் என்று நினைக்கிறோம். ஒரே வடிவிலிருக்கும் இரண்டு கேள்விகளும் வெவ்வேறு மொழி யாடல்கள். ‘என்னோடு என்றும் விடாது நிற்கும் தாயே, தந்தையே, தேவனே’ என்று பிரார்த்திப்பவருடைய மொழி, ‘இவர் என்னுடைய வீட்டில் இருக்கும் சித்தப்பா’ என்று சொல்கிற மொழியாடல் அல்ல என்று நமக்குத் தெளிவாவதில்லை.

மொழியின் பயன்பாடு மாறும்போது அதை கவனிக்கத் தவறுவது தான் பல பிரச்சினைகள் நமக்கு ஆழமானவையாகத் தோற்றுவதற்குக் காரணம்.

‘கொக்கு என்பது என்ன?’ என்பவருக்குக் கொக்கைக் காட்டலாம். ‘மனம் என்பது என்ன?’ என்பதை அதைப்போன்ற கேள்வியாகப் புரிந்துகொள்பவர் கொக்கைக் காட்டியதுபோல மனத்தையும் காட்ட முயல்வார். அதன் இடம், வரம்பு, விரிவு, அது உடலுக்குள் வருவது, போவதுபற்றிய விசாரணைகள் வளரும். நாம் ‘வலிக்கிறது’ என்பது

நம் மனத்துக்குத் தெரிவது என்று நம்புவோம். பிறர் 'வலிக்கிறது' என்பது நம்முடையது போன்றதுதானோ என்ற ஐயமும் வரும்.

சொல்லை முந்தாது சிந்தனை

மொழிபற்றி நம்மிடையே பொதுவாகப் புழங்கும் கருத்துகளை விற்கன்ஸ்ரைன் விமர்சித்து ஒதுக்குகிறார். சொல்லின் அர்த்தம் சொல்லோடு இணைந்த பொருள் அல்ல, சொல் நம் மனத்துக்குக் கொண்டுவரும் படிமம் அல்ல, சொல் சுட்டும் பெண்மை, மென்மை, வீரம் போன்ற சாரமும் அல்ல. சொல் அர்த்தம் பெறுவது எதனையும் சுட்டுவதால் அல்ல. கோபம், துக்கம், மகிழ்ச்சி என்பவை அர்த்தம் பெறுவது சூட்சுமமான அகத்தில் இருப்பதை ரகசியமாகப் பார்த்துப் பெயரிடுவதால் அல்ல. சொல்லின் அர்த்தம் நாம் விளக்கத் தால் தருவதும், விளக்கத்தால் பெறுவதுமே. தொல்காப்பியர் சொல்வதுபோல் மொழி என்பது மக்கள் கூட்டத்தில் நிலவும் வழக்கைப் பயின்று நமக்குக் கைவருவது என்கிறார் நூலாசிரியர்.

மொழி ஒரு கருத்துப் பரிவர்த்தனைச் சாதனம் என்றும் வைத்துக் கொண்டுள்ளோம். இப்படி நம்பும்போது பரிவர்த்தனைக்கு முந்தைய கட்டத்தில் மொழியில்லாமலேயே மனத்தில் கருத்துகள் உருவாகலாம் என்ற அனுமானத்தையும் தவிர்க்க முடியாது. மன நிகழ்வுகளை இன்னதென்று அறிவதற்கும் ஏற்கனவே நமக்கு ஒரு மொழி இருந்திருக்க வேண்டும். அந்த நிகழ்வுகளைக்கொண்டு புற உலகை அனுமானிக்கவும் மொழி வேண்டும். மொழியில்லாமல் சிந்தனை சாத்தியமாகாது.

உண்மைகள் பலவகை

மொழியைக் கொண்டு பேசப்படும் இரண்டில், ஒன்றின் உண்மையைச் சோதிப்பதுபோல் மற்றொன்றின் உண்மையையும், பயனையும் சோதிப்பது பொருத்தப் படாது. 'உடம்புக்குள் ஆன்மா இருக்கிறது' என்பதை 'இந்த அறையில் நாற்காலி ஒன்று இருக்கிறது' என்பதைச் சோதிப்பதுபோல் சோதிக்க முடியாது. அப்படி சோதித்து, 'இது அர்த்தமற்ற வாக்கியம்' என்போரை பண்பட்ட நகரம் ஒன்றில் வாழ்பவர்களின் செயல்களை இன்னதென்று அறியாது குழம்பும் காட்டுவாசிகள் போன்றவர்கள் என்கிறார் விற்கன்ஸ்ரைன்.

'முக்கோண வட்டத்தைக் கண்டதாக இவர் சொல்கிறார். நாம் இதை நம்ப வேண்டியதில்லை' என்று சொல்வோமா? இது நம்

நம்பிக்கையை அல்லது நிராகரிப்பை வேண்டி நிற்கும் சொல்லாடல் அல்ல; கதைதான் என்று விளங்கிக்கொண்டால் நம்பவேண்டிய தில்லை என்று சொல்ல மாட்டோம். நூலாசிரியர் இங்கே ‘கதை’ என்பது பொய் அல்ல. மெய்யும் பொய்யும் மற்றொரு சொல் லாடலுக்கு உரியவை என்று விளக்குகிறார்.

அர்த்தம் நம் மனப் படிமத்தோடு அல்லது ஒரு சாரத்தோடு இணைத்து நிரந்தரமாக நியமிக்கப்படுவதல்ல. அவை வாழ்க்கைக் கோலங்களோடு தாமும் நெகிழ்ந்து மாறும் இயல்புடையவை. இந்த நெகிழ்ச்சியை உணர்ந்ததால் இருபதாம் நூற்றாண்டின் சமூக, அரசியல், பண்பாட்டுச் சிந்தனையில் ஏற்பட்ட முன்னேற்றங்கள் அநேகம் என்கிறார் ஆசிரியர்.

புளியங்கொட்டையும் ராஜாவாகலாம்

நாம் உலக யதார்த்தத்தைப் பகுத்தும், தொகுத்தும் காணும் விதம் நம் மொழியாடலின் தன்மையாலேயே நிச்சயிக்கப்படுகிறது. அர்த்த விதிகள் மனித சமூகத்தாலும், மக்களின் கூட்டு நடவடிக்கை களாலுமே விதிகளாகச் செயல்பட இயலும். சதுரங்க விளையாட்டில் ராஜா என்றால் என்ன என்பதற்கு அந்தக் காயைக் காட்டினால் விளங்காது. ஒரு புளியங்கொட்டையைக்கூட ராஜாவாக வைத்து விளையாடலாம். அந்தக் காய்க்குச் சதுரங்க விளையாட்டில் இருக்கும் இடம் அதனை ராஜாவாக்குகிறது.

மனம், ஆன்மா என்பதெல்லாம் உண்மையா, ஊகமா? மொழியை அதன் இயல்புக்குப் பொருந்தாத வேலைக்கு இழுக்கும் போதுதான் இந்தக் கேள்விகளே சாத்தியமாகின்றன என்கிறார் விற்கன்ஸ்ரைன். அதாவது, மெய்யியல் செய்யும்போதுதான் சாத் தியம்.

‘என் மனம் கனக்கிறது’ போன்ற தொடர்கள் பிழைகளா என்று நாம் கேட்கக்கூடும். பிழைகளல்ல; மொழியின் வளம். இந்தத் தொடர்கள் அந்தந்தக் கணங்களில் பிடித்த நிழற்படங்களல்ல. தான் இருந்தவாறே, கண்ணாடிபோல் தன்னாலேயே பிரதிபலிப்பவை அல்ல. அவை நம் வாழ்க்கையின் ஓட்டம்பற்றிய கதைகள். அவை வாழ்வினிடையே பிறருடன் சேர்ந்து ஆக்கிய யதார்த்தம் என்கிறார் ஆசிரியர். மாறும் காலத்துக்கு ஒப்ப, முன்பு மனத்தில் செய்வதாகச் சொன்ன கணக்கை இப்போது நியூரானில் செய்வதாகச் சொல்வோம்; அவ்வளவுதான். மனம் மறைந்துபோகாது.

சொல்லாக்கம் என்பது தமிழ் உலகில் இன்று முனைப்பான நடவடிக்கை. இந்தப் பின்னணியில் ‘பிரத்தியேக மொழி’ பற்றிய நூலின் பகுதியைக் கவனிக்கவேண்டும். புதிய சொல் ஒரு பொருளின் பெயராகச் செயல்பட நூலாசிரியர் சொல்வதுபோல், ‘‘மொழி என்ற ஆட்டமேடையில் வேறு எத்தனையோ ஒழுங்குகள் தயார் செய்யப்பட்டிருக்க வேண்டும்’’. அதைப் பெயர்ச் சொல்லாக அறியும் ஒழுங்கு அவற்றுள் ஒன்றுதான்.

இவ்வளவு நுட்பத் திறன் உள்ளவர், தான் கண்டதை உலகம் முழுதும் உள்ள வாசகர்கள் காண வேண்டும் என்ற ஆசையில் ஆங்கிலத்தில் நூல் செய்வது அறிவுலக வழக்கம். பேராசிரியர் காசி நாதன் தமிழில் நூல் செய்திருப்பதை இந்தச் சூழலில் நாம் மதிக்கப் பழகலாம்.

மொழிபற்றிய தத்துவ விசாரணையைத் தமிழில் முறையாகத் துவக்கிவைக்கும் திறனுள்ளது இந்த நூல். இன்னும் நாம் பயில வேண்டியிருக்கும் மொழித் தத்துவத்துக்கு காசிநாதன் சிறந்த தமிழ்ச் சொல்லாடல் ஒன்றையும் நூல் வழியாக உருவாக்குகிறார். மெய்யியல் பற்றித் தமிழில் எழுதுபவர்களுக்கு இந்தச் சொல்லாடல் உருவாக்கத் திற்கான தீவிரத் தேவை புரியும். நூலாசிரியரின் தெளிவான தமிழாக் கத்தில் விற்கன்ஸ்ரைன் நூலிலிருந்து பொருத்தமான மேற்கோள்கள். நூலின் நிறுத்தக் குறிகள் சற்று வேறுபாடாகத் தெரிந்தாலும் தர்க்க மொழியின் நகர்வுக் கட்டங்களுக்குக் கச்சிதமாக அமைகின்றன.

எந்தத் தமிழ்ச் சொல் எந்த ஆங்கிலச் சொல்லுக்கு நிகராகப் பயன்பட்டிருக்கிறது என்பதை நூலின் இறுதியில் ஆசிரியர் பட்டிய லிட்டிருப்பது இவ்வகை நூலுக்கு மிகவும் பொருத்தமானது. கனத்த பொருள் என்றாலும், நூலின் மொழி நடையில் எதிரே நின்று உரையாடுவதுபோன்ற லாவகம். நூலின் இலங்கைத் தமிழ்க் கூறுகள் ஆசிரியரின் கருத்துகளுக்குத் கூடுதலான தெளிவையும் துல்லியத்தையும் தருவது நம் வாசிப்பு அனுபவத்தில் சுவாரசியமான பகுதி.

(‘அருஞ்சொல்’ மின்னிதழ், 06.02.2022)

(பேராதனையில் உள்ள இலங்கைப் பல்கலைக்கழகத்தில் இருபது ஆண்டுகள் மெய்யியலும் தமிழும் கற்பித்த பேராசிரியர் செ.வே. காசிநாதனின் ‘விற்கன்ஸ்ரைன்: மொழி, அர்த்தம், மனம்’ (க்ரியா பதிப்பு, ஜூலை, 2021) நூலுக்கு எழுதிய விமர்சனக் கட்டுரை.)

4. 'ஒன்றியம்' - ஒரு சொல்லுக்கு வந்த வல்லமை

மத்திய அரசை 'ஒன்றிய அரசு' என்று சொல்லலாமா? இந்தக் கேள்வியில் துவங்கி அண்மையில் ஒரு விவாதம். சொல்லின் பொருள் பற்றிய மொழிப் பயிற்சி போன்றதல்ல இந்த விவாதம். இது சொல் அரசியல். வழக்கமான அரசியலில் இல்லாத நுட்பமும் நளினமும் சொல் அரசியலுக்கு உண்டு. மொழியும் அரசியல் போக்குகளை நிச்சயிக்க வல்லது. இப்படிச் சொல்வதால் மொழி நடையின் கவர்ச்சி என்ற மலினத்தைத்தான் சொல்கிறேன் என்று நினைத்துவிடக் கூடாது. 'இன மானம்' என்பது அவ்வப்போது இன வாதம் எடுக்கும் ஒரு வடிவம்தானே என்று கேட்கும்போது இன மானத்தின் பொருள் அசங்கிவிடுகிறது. ஒரு சொல்லின் பொருள்கட்டு தோற்றத்தில் தன்னை ஒத்த இன்னொரு சொல்லால் உடைபடும். நீரில் எப்போதும் புழங்குகிறோம். ஆனால், 'புழங்கும் நீர்' என்று எழுதிய தொட்டி 'குடிநீர்' என்று எழுதியிருப்பதற்கு அருகில் இருந்தால் இரண்டு தொடர்களின் பொருளுமே உடைபட்டு ஒவ்வொன்றும் மீண்டும் இன்னொரு வகையில் குவிந்துகொள்ளும்.

மத்திய - மாநில அரசுகளின் அதிகார உறவுபற்றிய சொல்லாடல் 1960களில் துவங்கியது. அண்ணாவோடு ராஜாஜியின் பங்களிப்பும் இதற்கு உண்டு. இப்போது தமிழக முதல்வர், 'ஒன்றிய அரசு' என்பது சட்டத்தில் இல்லாத தொடர் அல்ல, அதைப் பயன்படுத்திக் கொண்டே இருப்போம் என்று கூறியுள்ளார். 'ஒன்றியம்' என்பதை மையச் சொல்லாக்கி, ஏற்கனவே இருக்கும் மத்திய-மாநில அதிகார உறவுபற்றிய சொல்லாடலை அதன் வசத்தில் வைத்துக் கட்டமைத்துக் கொள்கிறார். இதைத்தான் மொழி வழியாக அரசியல் போக்குகளை நிர்ணயிப்பது என்றேன். மாநில சட்டத்துறையின் ஆட்சி மொழிப் பிரிவும் (2009), பின்னர் ஆட்சி மொழி ஆணையமும் (2021) செய்த இந்திய அரசமைப்புச் சட்டத்தின் தமிழாக்கம் 'Union' என்ற ஆங்கிலச் சொல்லை 'ஒன்றியம்' என்றே மொழிபெயர்க்கிறது.

இனிமேலும் இணைச் சொல்லாகுமா?

மொழி எப்படிச் செயல்படுகிறது என்று பார்ப்பவர்களுக்கு இது சுவாரசியமான பிரச்சினை. இதைக் கொஞ்சம் விவரமாகச் சொல்ல லாம். 'ஒன்றிய அரசு' என்பதால் என்ன சாதித்துவிட்டார்கள் என்று கேட்கக்கூடும். 'மத்திய அரசு' என்பதை 'ஒன்றிய அரசு'க்கு இணைச் சொல்லாக்க இனி நாம் தயங்குவோம். 'மத்திய அரசு' என்பது ஒரு நூலாவது ஒரு வேறுபட்ட அரசியலமைப்புச் சித்தாந்தத்தைச் சேர்ந்ததாகத் தோன்றும். அகராதியில் 'ஒன்றிய அரசு' என்று வந்தால் ''காண்க 'மத்திய அரசு''' என்று தருவார்களா? கட்டுரை எழுதும் மாணவர் 'மத்திய அரசு' என்று எழுதுவதை 'ஒன்றிய அரசு' என்று ஆசிரியர் திருத்தினால் அதைச் சித்தாந்த வக்கிரம் என்போமா, துல்லியம் என்று பாராட்டுவோமா?

'மைய அரசு', 'நடுவண் அரசு', 'மத்திய அரசு', 'ஒன்றிய அரசு', இவற்றுள் பொருத்தமானதைக் காட்டுக என்று தேர்வில் ஒரு கேள்வி இருந்தால் கேள்வியில் குறை என்று சொல்ல மாட்டோம். இதுவரை இந்தச் சொல் பிரச்சினையாகவில்லை என்பது நாம் அறிந்ததுதான். இப்போது எப்படி இதன் பொருள் வேறு வண்ணத்தில் தோன்று கிறது? ஒரு சொல்லைத் தவிர்த்து அதன் இணைச் சொல்லை வரித்துக் கொண்டாலும், இணையாக இருப்பவற்றுள் ஒரு சொல்லை அழுத்திச் சொன்னாலும் அவற்றுக்கு இடையே உள்ள உறவு அசங்குகிறது.

''இணைச் சொல்லா இல்லையா என்ற பிரச்சினையை விடுங்கள், 'ஒன்றியம்' என்பதற்கு பொருள்தான் என்ன?'' என்றும் சிலர் கேட்கக் கூடும். சொல் தன் பொருளைப் எப்படிப் பெறுகிறது என்று அவர்களுக்கு விளக்க வேண்டும். நிலக்கடலையை உடைப்பதுபோல் சொல்லிலிருந்து பொருளை எடுத்துக்கொள்வது இல்லை. பொருள் சொல்லுக்குள் இல்லை. சொல் தன் அளவிலேயே, சுய இயக்கத்தில் பொருள் தராது. மற்ற சொற்களிலிருந்து எப்படி வேறுபடுகிறது என்பதில்தான் சொல்லின் பொருள் இருக்கிறது. 'அந்தி' என்ற சொல் 'விடியல்' என்பதிலிருந்து அர்த்தம் பெறுவதுபோல். 'ஒன்றிய அரசு' என்பது 'மத்திய அரசி'லிருந்து எப்படி வேறுபடுகிறது என்பதுதான் அதன் பொருள். புதிய அரசியல் சமன்பாட்டுக்கான சொல்லாடலாகத் திரண்டுகொள்ளும் 'ஒன்றிய அரசு', மத்திய அரசை எப்படி அவ தானிக்கலாம் என்பதை மட்டும் சொல்லவில்லை. மாநில அரசின் சுய அடையாளமும் அங்கேயே சுரக்கிறது. அதற்கு வந்த எதிர்ப்பே

தான் கட்டிய வேடத்தில் அது கச்சிதமாகப் பொருந்திக்கொள்ள உதவியது. மாநில அரசு கோரும் நிதி உதவிகள் போன்றவற்றை மத்திய அரசு கொடுத்தாலும் மறுத்தாலும் இனி அதை 'ஒன்றியம்' என்ற உரைகல்லில் உரைத்து மாற்று காண்பார்கள்.

பொருளின் விளையாட்டுக் களம்

பொருள் முடிவாகிவிட்டதாக மூடியிருந்த 'மத்திய அரசு', 'ஒன்றிய அரசு' இரண்டுமே இப்போது திறந்துகொண்டன. ஒரு சொல்லின் பொருள் கூறு ஏதாவது அழுத்தமாக வேண்டுமானால் மற்றதன் பொருள் கூறுகளை மாற்றி அமைப்பதால் அதை எளிதாகச் செய்ய முடியும். இரண்டுமே இப்போது பரந்து கிடக்கும் அர்த்த மைதானங்கள். இதைத்தான் 'ஒன்றியம்' என்ற சொல் சாதித்தது; உறைந்திருந்த அர்த்தத்தை இளக்கியது. அர்த்த மைதானத்தில் புது விளையாட்டுகளைச் சாத்தியமாக்கியது.

சொல்லுக்கு என்றைக்குமே பொருள் நிலைக்காதா என்று கேட்கக் கூடும். சொல் தனக்கு வேண்டிய பொருளை ஈர்த்துக்கொள்ளச் செய்வது அரசியல் சொல்லாடலின் நுட்பமான இயக்கம்; குற்றமல்ல. இதற்கு ஈடுகொடுக்கும் இன்னொரு சொல்லாடலைக் கட்டமைக்க முடியுமானால் அதுதான் பொருத்தமான எதிர்வினை. அப்போதும் நீங்கள் செய்யப்போவது இதே சொல் அரசியல்தான். அதாவது, சொல்லின் பொருள் உறைந்துபோகாமல் பார்த்துக்கொள்வது. சித்தாந்த நீரோட்டத்தில் மையச் சொற்களின் பொருள் நிலைப்பதில்லை.

'இந்திய அரசு', 'ஒன்றிய அரசு'-இப்படி எதுவானாலும் அதனதன் பொருள் அரசியல் அமைப்புச் சட்டத்தில் உள்ளவாறுதானே என்றும் கேட்கலாம். சட்டங்களின் சொற்களுக்குக்கூட அந்தந்தச் சட்டங் களிலேயே விளக்கம் இருக்கிறதே என்றும் சொல்லலாம். எதைச் சொல்ல ஒரு சொல் வருகிறது என்பதற்கு யூஜின் நீடா சில விளக்கங் களைத் தொகுத்துள்ளார். நான் என்ன நினைத்து ஒரு சொல்லைச் சொல்கிறேனோ அதுதான் அதன் பொருள். கேட்பவர் என்ன புரிந்துகொள்கிறாரோ அதுதான் பொருள். பொதுவாக மக்களுக்கு என்ன தோன்றுகிறதோ அதுவேதான் பொருள். துறை வல்லுநர்கள் என்ன சொல்கிறார்களோ அதுதான் சொல்லின் பொருள். இப்படி விளக்கங்கள் பல (Nida, Eugene A.(1903) Toward a Science of Translating-with special reference to principles and procedures involved in Bible translating, Netherlands: Leiden) *அரசியல் அமைப்புக்குச்*

சட்ட வல்லுநர்கள் என்ன பொருள்கொள்கிறார்களோ அதுதான் அதன் பொருள் என்பது ஏற்கக்கூடியதுதான். ஆனால், அந்தப் பொருளும் சித்தாந்த நிலவரங்களுக்கு ஏற்ப மாறும் என்பதும் யதார்த்தம்.

சொல்லாடல் வசமாகும் அரசியல்

அதிகாரப்பூர்வமான மொழிபெயர்ப்பில் 'ஒன்றியம்' என்பது தாராளமாகப் புழங்குகிறது. அந்தச் சொல்லை ஆங்கில மூலத்தோடு பொருத்திப் பொருள் கொள்ள வேண்டும். ஆங்கிலச் சொல்லுக்கு அரசியல் அமைப்பின் பின்னணியில் பொருள் தேட வேண்டும். அரசியல் அமைப்பிற்கோ ஐரோப்பிய முன்மாதிரிகளில் பொருள் அறிய வேண்டும். தத்துவவியலாளர் தெரிதா (Jean Jacques Derrida) சொல்வதுபோல் சொல்லின் பொருள் எந்தக் கோட்டிலும் நிலை கொள்வதில்லை. 'ஒன்றியம்' அதைப் பயன்படுத்துபவர்களுக்கு முறையான சொல்லாவது அது அதிகாரப்பூர்வமான மொழி பெயர்ப்பில் இருப்பதால் மட்டுமே அல்ல. அது மாற்றுச் சொல்லாடலின் மையம். புதுச் சொல்லாடல்கள்தானே அரசியல் மாற்றத்தின் ஆரம்பமும் அடையாளமும்!

(இந்து தமிழ் திசை, 10.01.2022.
மேலும் சில தகவல்கள், திருத்தங்களுடன்.)

5. ஒரு கலைச்சொல் எப்போது சொல்லாகிறது?

பெருகிவரும் அறிவுப் புலங்களுக்கு ஈடுகொடுத்துத் தமிழ் தன் சொல் இருப்பைப் பெருக்கிக்கொள்கிறது. அறிவுப் புலங்கள் நமக்கு முக்காலே மூன்று வீசம் ஆங்கிலம் வழியாகவே எட்டுவதால் ஆங்கிலச் சொற்களுக்கு இணையான கலைச் சொற்களைத் தமிழில் உருவாக்கிக்கொள்கிறோம்.

"ஊசிபோட்டு மாத்திரையும் கொடுத்தார்கள்" என்று அம்மா சொல்கிறார். "குழாய் மாத்திரையா, வில்லை மாத்திரையா?" என்று மகள் கேட்கிறார். 'ஊசி'யின் பழைய பொருளை விரிவாக்கி, அப்படி விரிவாக்கியதை வினைச் சொல்லாக்கி, 'மாத்திரை'க்கும் கீழ் நிலையில் அதற்கு வகைச் சொற்களைச் செய்து புதிய சூழலை வசப்படுத்திக் கொள்கிறார்கள். தேவை ஏற்படும்போது சாதாரண மக்களும் நூதனமான பொருட்களுக்கு இப்படிப் புதுச் சொற் களைப் படைத்துக்கொள்வார்கள். பாமரர்கள் மொழி வளர்ச்சியில் பங்கேற்பதில்லை என்று மொழியியல் சொல்லாது. நம் பாண்டித்யம் தான் அவர்களின் பங்களிப்பைப் புறக்கணிக்கும்.

வல்லுநர்களின் நிரந்தரம்

தன்முனைப்பில் தமிழ் இவ்வாறு சொற்களைப் படைத்துக் கொண்டுதான் இருக்கும். இந்த முனைப்போடு ஒரு இணைச் செயலாகத் தமிழில் கலைச் சொல்லாக்கத்துக்கு வல்லுநர் குழுக் களையும் அமைக்கிறோம். நூறு ஆண்டுகளுக்கு மேலாகவே இப்படி வல்லுநர் குழுக்கள் சொற்களை உருவாக்குகின்றன. ஆனாலும், தமிழின் சொல் இருப்புக்கும் அறிவுப் புலங்களுக்கும் நிரந்தர இடை

வெளி இருக்கும். பின்னால் ஓடிக்கொண்டே இருந்தாலும் நமக்கு முன்னால் செல்லும் ஆங்கிலத்தை எட்டிப்பிடித்து அதனோடு நாம் சேர்ந்து பயணிக்க முடிவதில்லை. ஆங்கிலத்துக்குப் பங்களிப்பு உலகம் முழுவதிலிருந்தும் வருகிறது. அங்கே சொல்லைப் படைப்பவர்கள் அதை வெறும் மொழிப் பயிற்சியாகச் செய்ய மாட்டார்கள். சூல் கட்டாக இருந்து, தொண்டைக் கதிராகி, பாளை உடையும் நெற் பயிர்போல் அவர்களின் சிந்தனையே உடைந்து சொல்லாகிறது. ஆனால், தமிழில் சொல்லாக்கம் செய்யும் வல்லுநர்களிடம் சொல்லின் பொருள் சூல்கொண்டதில்லை.

இந்த நிலைமை ஏன் நீடிக்கிறது? சொற்களைச் செய்யும் வல்லுநர் குழு ஏன் நம் நிரந்தரத் தேவையாகிறது? உருவாக்கும் சொற்களில் பாதிக்குமேல் நிலைப்பதில்லையே; அது ஏன்? நிலைப்பவையும் சில வகை எழுத்தைத் தாண்டி ஏன் பரவலான புழக்கத்துக்கு வருவ தில்லை? கலைச் சொல்லாக்கம் என்ற நம் நடவடிக்கையின் தன்மை என்ன?

மொழியியல் அறிஞர்கள், மொழித் தத்துவம் அறிந்தவர்கள் இவற்றுக்கு என்ன விடை சொல்வார்கள் என்று பார்ப்பது பயனுள்ள தாக இருக்கும். ஐம்பது ஆண்டுகளுக்கு முன்பிருந்ததைவிட சொல் லாக்கத்தின் நிலைமையில் இப்போது நல்ல முன்னேற்றம். தமிழ் வழியாகப் புது அறிவுப்புலங்களைப் பழக விரும்பும் மக்கள் தொகையும் இன்று அதிகம். இதனால் வரும் தூண்டுதலாலும் தன் ஆர்வத்தாலும் அறிவியல் கட்டுரைகள் எழுதும் தமிழ் நாளிதழ்களும், இதர ஊடகங்களும், எழுத்தாளர்களும் அதிகம். இவை வல்லுநர் குழுக்களின் கலைச் சொல்லாக்கத்துக்குக் காத்திருக்கவில்லை. ஆங்கிலச் சொல்லுக்கான இணைச்சொல் உருவாகும்வரை அவர்களால் காத்திருக்கவும் இயலாது.

சொல்லவேண்டிய செய்தியை மையமாக வைத்து ஆங்கிலத்தின் வழியாக அல்லாமல் அவர்கள் நேரடியாகத் தமிழில் எழுதுகிறார்கள். எழுத எழுத, புழங்கப் புழங்கக் கருத்துக்கான சொல்லோ தொடரோ பிறக்கிறது. மொழியில் புழங்குவதால், நாம் எழுதும் காரணத்தால், சொல் என்ற விளைவு. நாம் எழுதிய கட்டுரை காரணம்; சொல் அதன் விளைவு.

ஆயத்தச் சொற்கள்

இந்த யதார்த்த நிலவரத்தோடு தமிழில் கலைச்சொற்களின் தேவையை நாம் எப்படிப் புரிந்துகொண்டிருக்கிறோம் என்பதை ஒப்பிட்டுப் பாருங்கள். கலைச்சொற்கள் முன்பே உருவாகி இருந்தால்தான் எழுதவே முடியும் என்று நினைக்கிறோம். ஆயத்தச் சொற்களைப்போல் அவை தயாராக இருந்தால்தான் கட்டுரை எழுத முடியும் என்பவர்கள் விளைவை, காரியத்தை, காரணமாகக் கொள்ளும் தர்க்கக் குளறுபடியில் சிக்கியவர்கள் என்கிறார் பேராசிரியர் இ. அண்ணாமலை (Annamalai.E (2011) Social Dimensions of Modern Tamil, Chennai: Cre-A).

வேர்ச் சொல்லைக் கண்டு, சொல்லின் பொருட்கூறு அடிப் படையில் ஆங்கிலச் சொற்களை மொழிபெயர்த்து, கலைச்சொற் களை உருவாக்குவது நாம் பெருவாரியாகப் பின்பற்றும் வழி. இந்த ஒரு வழியை நாம் அதீதமாகச் சார்ந்திருக்கிறோம் என்கிறார் அண்ணாமலை. இந்தப் பொதுவான போக்குக்கு நமக்கே உரிய ஒரு தனித் தன்மையையும் கொடுத்துள்ளோம். நமக்கு நாமே வைத்துக் கொள்ளும் சில கட்டுப்பாடுகளும் இதனோடு சேர்ந்து சொல்லாக்கச் சுதந்திரத்தைக் குறைக்கிறது என்றும் அவர் கூறுகிறார்.

செய்துகொள்ளும் சொற்கள் சங்கத் தமிழ்ச் சாயலில் இருக்க வேண்டும் என்று நினைக்கிறோம். காலத்தின் தொலைவால் ஒருவகை அந்நியம் பிறக்கிறது. அதன் வழியாக ஆங்கிலத்துக்கு நிகரான கலைச் சொல் பரிமாணத்தை எட்டிவிடுகிறோம் என்பது நம் நினைப்பு. இது ஒரு உளவியல் காரணமாகலாம். மொழியியல் காரணங்களைவிட, அறிவுப் புலத்துக்குப் பொருந்தாத இந்த உளவியல் காரணங்களே இங்கு அதிகம் தொழில்படுகின்றன. பல்கலைக்கழகங்களின் 'வேந்தரும்' 'துணை வேந்தரும்' பொருள் நீட்சி பெற்றதால்தான் மக்களாட்சி யிலும்கூட 'வேந்தர்' என்ற முரண் தொனிக்காத சொற்களாகப் புழங்குகின்றனவா? பழந்தமிழின் விசித்திரக் கவர்ச்சிதானே அந்த முரணையும் தேய்த்துப் போக்கிவிடுகிறது!

மொழித் தூய்மைக் கோட்பாட்டுக்கு இசைவாக நம் கலைச் சொல் இருக்க வேண்டும் என்பது நாம் விதித்துக்கொள்ளும் ஒரு கட்டுப்பாடு. தேவைக்கு ஈடுகொடுத்து புதுச் சொற்கள் விரைவாகப்

பெருகாததற்கு இது ஒரு காரணம். ‘பேனா’, ‘திரவ நிலை’, போன்றவற்றையும் ‘கோர்ட்’ என்பதையும் ஒரே தரத்தவையாக மதிப்பிட்டு மூன்றாவதோடு முன் இரண்டையும்கூட ஒதுக்கிவிடுகிறோம். குறைகளைத் தவிர்த்துப் பார்த்தால் மூன்றாவது சொல் ஆங்கிலச் சொல்லின் எழுத்துப் பெயர்ப்பு. ‘பேனா’ அந்த வகைச் சொல் அல்ல; ஆனாலும் அதை ஏற்க மாட்டோம். ‘திரவ நிலை’ என்பதில் வடசொல் கூறு உள்ளதால் அதையும் தள்ளிவிடுவோம். ‘மாவட்ட ஆட்சியர்’ என்ற தொடர் பல ஆண்டுகளாகப் புழக்கத்திலிருந்தாலும் அதன் புழக்கம் எழுத்தோடும், படித்தவர்களின் மரபுமுறை உரையாடலோடும் முடங்கிவிடுகிறது. ஆட்சியரின் அலுவலகத்துக்கு வரும் மக்கள் ‘‘ஆட்சியரை எப்போது பார்க்க முடியும்?’’ என்று கேட்பதில்லை. கலைச் சொல்லாக்கம் அரசு அலுவலர்களின் பயனுக்கு மட்டுமா?

தனியொருவருக்கு மொழி ஏது?

வல்லுநர் குழுவின் கலைச்சொற்கள், பல நேரங்களில், பேராசிரியர் செ.வே. காசிநாதன் சொல்லும் ‘பிரத்தியேக மொழியை’ ஒத்திருக்கிறது (Kasynathan.S.V. (2021) விற்கன்ஸ்ரைன்: மொழி, அர்த்தம், மனம், Chennai: Cre-A). மொழித் தத்துவம்பற்றிப் பேசும் காசிநாதன் ‘தனியே பெயரிடுதலும், அர்த்தங்களை நியமித்துக்கொள்வதும் சாத்தியமா’ என்று கேட்கிறார். வல்லுநர் குழுவின் கலைச் சொற்கள் கிட்டத்தட்ட அவர் சாத்தியமில்லாதது என்று சொல்லும் பிரத்தியேக மொழியை ஒத்ததுதான். வாசிப்பவரையும், கேட்பவரையும் கற்பிதம் செய்துகொண்டாவது ஒருவர் கலைச்சொற்களை உருவாக்குகிறார் என்பதும் சந்தேகமே. அவர் மனிதக் கூட்டத்தில் அல்லாமல் தனிமையில் செயல்படுகிறார். ‘இன்குடி நீர்மம்’ என்றால் என்ன புரிகிறது என்று சோதித்துப் பாருங்களேன். உங்களுக்குப் புரியாவிட்டாலும் அந்தத் தொடரைச் செய்தவருக்கு அது ‘மென்பானம்’ என்று தெளிவாகப் புரிந்திருக்கும். இங்கே காசிநாதன் சொல்வது கச்சிதமாகப் பொருந்துகிறது: ‘‘நாம் ‘சிவப்பு’ என்றால் என்ன என்று சரியாகக் காட்டிவிட்டோம் என்பதற்கு எம்மகத்தே நாம் கொண்டிருந்த நோக்கமும் உத்தரவாதமாகாது’’.

வல்லுநர் குழு ஒரு சொல்லைச் செய்வதும் அதனை இன்னொரு வல்லுநர் குழு ஏற்றுக்கொள்வதும் என்ன விளைவைத் தரும்? இதையே காசிநாதன் கேட்கும் ஒரு கேள்வியாக நாம் பார்க்க இயலும்:

'எனது வலது கை எனது இடது கைக்குப் பணம் தருவது கைமாற்று தருவதாகுமா?' ஒரு சொல் எதைச் சுட்டுகிறது என்று அதைச் செய்தவர் சொல்வதால் அதற்கு அர்த்தம் உருவாகாது. அர்த்தம் எப்படி உருவாகும் என்பதையும் காசிநாதன் பேசும் மொழித் தத்துவம் சொல்கிறது. சொல் ஒரு கருத்துப் பின்னலில் பொருந்தும்போதும், அந்தப் பின்னலை நாம் முழுமையாகக் காணும்போதும் சொல் அர்த்தம் பெறுகிறது.

இப்போது நாம் 'எழுதுவதால் தான் சொற்கள் சொற்களாகின்றன' என்ற நம்முடைய துவக்கப் புள்ளிக்கு வந்துவிடுகிறோம். சொற்களுக்காகக் காத்திருக்காத சொல்லாடல்தான் இன்றைய முதல் தேவை.

(இந்து தமிழ் திசை, 22.08.2022.
சில விளக்கங்கள், திருத்தங்களுடன்.)

6. ஆட்சிச் சொல் அகராதிக்குத் தற்காலத் தமிழோடு வந்த ஒவ்வாமை

தமிழ் வளர்ச்சித் துறையின் சொல்லாக்கப் பணிகள் பல தளங்களில் முனைப்பாக நடப்பதைப் பாராட்டலாம். நாற்பத் தாறாயிரம் ஆங்கிலச் சொற்களுக்கு இணையான தமிழ்ச் சொற்களை அகரமுதலித் திட்ட இயக்ககம் ஆட்சிச் சொல் அகராதியாகத் தொகுத்துள்ளது (2022). பணியின் பரிமாணம் நம்மை வியக்க வைக்கும்.

விமர்சனம் விரோதமாகாது; அது நல்லெண்ணத்திலும் பிறக்கிறது. இதைச் சொல்லி, ஆட்சிச் சொல் அகராதிபற்றி என் கருத்துகளாக நான்கைத் தருகிறேன்:

1. அகராதி ஆங்கிலச் சொற்களைச் சரியாகப் புரிந்துகொள்ள வில்லை; அவற்றைத் துறை வல்லுநர்கள் பார்த்திருப்பார்கள் என்பது சந்தேகம்.
2. தமிழின் இணைச் சொற்களுக்கு அது தேர்ந்துகொண்ட தமிழும் மொழி நடையும் தற்காலத் தமிழை விலக்கி வைக்கின்றன.
3. அகராதிக் கோட்பாடுகள் பின்பற்றப்படவில்லை.
4. இணைச் சொற்களுக்கான பயன் எவ்வளவு இருக்கும் என்பதை அகராதி அவதானித்ததாகத் தெரியவில்லை.

இறுதியாக நான் சொல்லும் இணைச் சொற்களின் பயனை முதலில் விளக்கி, மற்ற மூன்றையும் கட்டுரையின் போக்கில் காட்டுகிறேன்.

அகராதியின் சொற்கள் மொழிக்கு என்ன பங்களிப்புச் செய்யும்? 'கைது செய்' என்ற வழக்கமான தொடருக்குப் பதிலாக அகராதி சொல்வதுபோல் நான் 'தளை செய்' என்று எழுதினால், 'கைதி' என்ற ஒற்றைச் சொல்லைத் தவிர்த்து 'தளை செய்யப்பட்டவர்'

என்று எப்போதும் எழுதவேண்டிவரும். அது மற்ற சொற்களோடு பாந்தமாக இணையாது. ‘தளை செய்யப்பட்டவர் விடுதலை செய்யப்பட்டார்’ என்று எழுத நீங்கள் தயங்க மாட்டீர்களா? அகராதியைப் பின்பற்றி நான் ‘நிவாரணம்’ என்று சொல்வதை விடுத்து, ‘இடருதவி’ என்று சொல்கிறேன். ஆனால் ‘நிவாரணம்’ பயன்படுவதுபோல் அல்லாமல் ‘இடருதவி வரவில்லை’ ‘இடருதவி இன்னும் செல்லவில்லை’ ‘பேரிடருக்கு இடருதவி கேட்டுள்ளோம்’ என்று நிவாரணப் பொருட்களைச் சொல்கிறேனா வேறெதையுமா எனத் தெளிவில்லாமல் சொல்ல வேண்டியிருக்கும். ‘வெள்ள நிவாரணமாக ரூ. 2457 கோடி வழங்க வேண்டும் என தமிழக அரசு கோரிக்கை விடுத்துள்ளது’ என்பதை ‘வெள்ள இடருதவியாக ரூ. 2457 கோடி வழங்க வேண்டும்...’ என்று எழுதினால் அதில் வெள்ளமும் இடருதவியும் பிரச்சினை இல்லாமல் சேர்கின்றனவா? ‘பயிர் இழப்புக்கு இடருதவி’, ‘கால்நடை இழப்புக்கு இடருதவி’ என்று எழுதுவதில் வரும் பொருள் சிக்கலைப் பாருங்கள்.

Conscience என்பதன் ‘உளச்சான்று’, ‘மனச்சான்று’ என்ற அகராதி இணைகளை வைத்து ‘அவர் மனச் சான்றை விற்றுவிட்டார்’ என்று சொல்வோமா? அகராதி தரும் இணைச் சொற்கள் பல இப்படி தொடர் ஆக்கும் திறன் குறைந்தவை. தொடர் ஆக்கும் திறனில்லாத வறட்டுச் சொற்கள் மொழி வளர்ச்சிக்கு என்ன பங்களிப்புச் செய்யும்?

பனிப் புகைச் சொற்கள்

Agriculturists' debt relief என்பதை, அகராதி தருவதுபோல் ‘உழவர் கடன் இடருதவி’ என்று கட்சிகளின் தேர்தல் அறிக்கையில் சொல்வார்களா? வாக்காளர்களுக்குப் புரிய வேண்டும் என்றால் ‘விவசாயிகளுக்குக் கடன் நிவாரணம்’ என்று எழுதுவார்கள். படிப் பவர்களுக்கும், கேட்பவர்களுக்கும் நம் மொழி புரிய வேண்டுமே என்ற தவிப்பு களத்தில் நிற்பவர்களுக்குத்தான் தெரியும்.

புழக்கத்திலிருக்கும் தற்காலத் தமிழை ஒதுக்கும் அகராதி, அதற்கு ஈடாகப் பண்டிதர்களின் இலக்கணத்தோடு வரும் புதுச் சொற் களைத் தருகிறது. இது, அகராதியின் குறிக்கோளான சொல் இல்லாத இடத்திற்குப் புதுச் சொல் படைக்கும் முயற்சியல்ல; வேறு வகை. ஆங்கிலச் சொற்களுக்குத் தமிழ் இணைச் சொற்களைக் காட்டும் அல்லது படைக்கும் முயற்சியாகவும் இதைச் சொல்ல இயலாது.

கால ஓட்டத்தில் ஒட்டிக்கொண்ட அழுக்காக நாம் காண்பவற்றைத் தமிழிலிருந்து கழுவிக்கொள்ளும் முயற்சி. எழுதுபவர்களின் முதல் அக்கறை படிப்பவர்கள் புரிந்துகொள்ள வேண்டும் என்பதா அல்லது மொழித் தூய்மையா? தூய தமிழ் தன் பொருளைப் பனிப் புகை போல் மறைக்கும். இது மொழியின் குறையாகாது; நாம் தற்காலத் தமிழுக்குப் பழகிவிட்டோம் என்ற வரலாற்று நிகழ்வின் இயற்கை யான விளைவு. மொழி வரலாற்றுக்கு அப்பாற்பட்டதல்ல; அது வரலாற்றுக்கு உள்ளேதான் தரித்திருக்கிறது.

ஊடகங்கள் தங்கள் மொழியின் பனிப் புகை அளவை (fog index) கவனமாகச் சோதிக்கின்றன. அகராதியின் சொற்கள் இப்படியான சோதனையில் தேறாது. புரியும்படி எழுத நினைக்கும் எல்லாருக்குமே அவர்கள் மொழி நடையின் ‘பனிப் புகை அளவு’ கவனத்தில் இருக்கும். நம் ஆட்சியாளர்களுக்கும் இந்த அக்கறை வேண்டும். அகராதி பயன்படுத்தச் சொல்லும் ஆட்சிச் சொற்களை வைத்து ஒரு அதிகாரி எழுதும் குறிப்பை இன்னொரு அதிகாரி புரிந்துகொள்ள இயலாது என்றால் பொதுமக்களின் நிலைமையை நாம் எளிதாகக் கற்பனை செய்துகொள்ளலாம். புரிந்துகொள்வதை விடுங்கள்; இவ்வகைத் தமிழை நாமே கற்பதுகூட எளிதா என்பதற்கு விடை சொல்லுங்கள்.

பிரச்சினையின் ஆழம்

இந்த இயக்ககத்தின் ‘சொல் வயல்’ தளத்தில் dry nursery என்பதற்கு ‘உலர் நாற்றங்கால்’ என்ற இணை தரப்பட்டுள்ளது. கிராமங்களில் இதையே சேற்றுப்பிடி நாற்றங்காலிலிருந்து வேறு படுத்தி, ‘புழுதி நாற்றங்கால்’ என்போம். மேம்போக்காகச் சொன் னால் சொல்லாக்கத்தில் தற்காலத் தமிழ் விலக்கப்படுகிறது என்று சொல்லலாம். ஆனால், ‘புழுதி நாற்றங்கால்’ என்று ஒரு தொடர் இருப்பதைத் தெரிந்தேதான் அதை விலக்கினார்கள் என்பது சந்தேகம். கூர்ந்து கவனிக்கும்போது இது வேறு ஒரு பிரச்சினையாகத் தென்படுகிறது. மொழித் தூய்மை நோக்கத்தால் உந்தப்பட்டு சொற்களை உருவாக்கும்போது, பேச்சு வழக்கிலும் ஊரக வழக்கிலும் இருக்கும் சொற்களே நம் பிரக்ஞைக்குத் தட்டுப்படுவதில்லை. இப்படியே, நாம் சொல்வளமாகக் கருதும் தொகுப்புக்குள் ஊரக வழக்கு வராமல் புறத்தே நின்றுவிடும் என்றால் அது ஆழமான பிரச்சினை.

'ஊர்', 'சிற்றூர்' இரண்டும் village என்பதற்கு அகராதி தரும் தமிழ் இணைகள். தற்காலத் தமிழில் வழங்கும் 'கிராமம்' என்பது செலாவணி ஒழிய வேண்டும் என்பதற்கு மொழி சார்ந்த காரணம் உண்டா? "எனக்கு ஊர் மயிலாடுதுறை" என்று சொல்பவர் அது கிராமம் என்ற பொருளிலா சொல்கிறார்? 'ஊர்' என்ற சொல்லின் தற்காலப் பொருளை இப்படிக் குலைப்பதற்கும் அகராதியின் தமிழ் வளர்ச்சி நோக்கத்திற்கும் என்ன தொடர்பு என்று அறிய இயல வில்லை. தான் தரும் இணைச் சொல்லான 'ஊர்' என்பதற்கு வேறு என்னென்ன பொருள் தற்போது புழக்கத்தில் உண்டு என்பதையும் அகராதி வரிசைப்படுத்தித் தர வேண்டும். பெரும் தரவு மூலம் ஒன்று இல்லாமல் அகராதிக்கு இது சாத்தியமாகாது.

இணைச் சொல் தரும்போது பெருவழக்காக இருக்கும் சொல்லை முதலிலும் அறிமுகச் சொற்களை இறுதியிலும் தருவது அகராதிக் கோட்பாடு. ஆட்சிச் சொல் அகராதியில் இந்த வரிசை குலைந்து, அறிமுகச் சொல் முதலில் வருகிறது (book - ஏடு, சுவடி, நூல், புத்தகம்; court - அரங்கு, அரசவை, நீதிமன்றம்). ஆனால், எல்லா சொற் களுக்கும் இப்படி வரிசை மாறுவது இல்லை. எடுத்துக்காட்டு: cottage - குடிசை, குடில், சிற்றில். அகராதி பின்பற்றும் கோட்பாடு தான் என்ன?

Annuity என்பதற்கு அகராதி தரும் இணைச் சொல் 'ஆண்டுத் தொகை' இதன் ஆங்கில மூலம் என்னவென்று தெரியாமல் நமக்கு எதுவும் அர்த்தமாகாது. எழுதவோ, எழுதியதை இன்னொருவர் புரிந்துகொள்ளவோ உங்களுக்கு இந்த அகராதியின் துணை எப் போதும் தேவைப்படும். இப்படி, தானே தன்னை நிரந்தரமாக்கிக் கொள்ளும் அகராதி இது.

ஆங்கிலச் சொற்களின் அகராதிப் பொருளைத் தனித்தனியாகக் கண்டு அவற்றுக்குத் தமிழ் இணைகளைத் தனித்தனியாக உருவாக்கு வதை மொழியியல் அறிந்தவர்கள் செய்ய மாட்டார்கள். சொற்கள், மற்ற சொற்களைத் தொட்டு நிற்கும் வலைப் பின்னலில்தான் தங்கள் பொருளை உருவாக்கிக்கொள்கின்றன; தனியாக அல்ல. சொற்கள் மொழியின் பயன்பாட்டில் உருவாகின்றன; மக்கள் பேசும்போது அவர்கள் பேசும் களத்தில் உருவாகின்றன. ஒரு சொல்லுக்கு ஒரு தமிழ் இணை என்ற தனிச் சொல்லாக்கத்தின் தத்துவத்தைப் பற்றியும் விளைவு பற்றியும் நான் இதற்குமேல் சொல்ல வேண்டாம்.

பொருள் தேயுமே!

Bureaucrat என்ற சொல்லுக்கு அகராதியின் 'ஆட்சிப்பணி உயர் அலுவலர்' என்பதை இணையாகக் கொண்டால் என் எழுத்தில் ஆங்கிலச் சொல்லில் உள்ள எதிர்மறைப் பொருள் தொனிக்காது. Extremism என்பதற்கு இணையாக அகராதி கொடுக்கும் 'தீவிரவியல்' என்பதை ஆங்கிலச் சொல்லின் பொருள் தேயாமல் பயன்படுத்த முடியுமா? அகராதியின் இணைச் சொற்கள் பல இப்படி ஆங்கிலச் சொல்லின் பொருளைச் சிறுக்கச் செய்கின்றன.

தவறாகப் பொருள்கொண்ட ஆங்கிலச் சொற்களை நிறைய காட்ட இயலும். Hindsight பிற்காட்சி என்று வருகிறது; 'பின்புத்தி' என்பது ஓரளவு பொருந்தும். அகராதி, khakiக்கு 'முரட்டுத் துணி' என்று இணை தருகிறது. காக்கி உடுப்பில் இருப்பவரை எப்படிச் சொல்வது? உண்மையில் காக்கி ஒரு ஊட்டமான, அழுத்தமான துணி. Commonwealth இரண்டு சொற்களாகிப் 'பொது நலம்' என்றாகிறது. Modernism 'புதுமைப் பாங்கு' என்றும் modernization 'புதுமைப்படுத்தல்' என்றும் தரப்பட்டுள்ளன. நோக்கம் வழக்கமான 'நவீனத்துவம்' என்ற சொல்லைத் தவிர்ப்பதுதான். ஆனால், தற்காலத் தமிழில் 'புதுமை' என்பது கிட்டத்தட்ட 'அதிசயம்' என்ற பொருளில் புழங்குகிறது; நவீனத்துக்கும் புதுமைக்கும் இடைவெளி அதிகம். Bravado வீர வெளிப்பாடாகி உயர்ச்சி பெறுகிறது. Apologetic என்ப தற்கு அதைச் சொல்பவர் 'தான் வருத்தப்படுவதைத் தெரிவிக்கும் விதமாக' என்று பொருள். இந்த அகராதியில் அதற்கு 'மன்னிக்கத் தக்க' என்ற தவறான இணைச் சொல்.

Animism என்பதன் அகராதித் தமிழ் இணை 'ஆவியுலகக் கோட்பாடு', ஆனால், animist என்பது அகராதியில் 'இயற்கை நம்பி'. இரண்டுமே தவறு. Compere, chronicler இருவருக்குமே அகராதியில் 'நிகழ்ச்சித் தொகுப்பாளர்' இணைச் சொல்லாக வருகிறது. இந்த இரண்டு சொற்களையும் கவனிக்கும்போது அகராதி ஒரு கோட் பாட்டைக் கவனத்தில் கொள்ளவில்லை என்பது தெளிவு. Animism, என்பதிலிருந்து animist போல், ஒரு சொல்லிலிருந்து இன்னொரு சொல் பெறப்பட்டிருந்தால் அவற்றின் பொருளில் இங்கே இருப்பது போல் முரண் இருக்கக் கூடாது. Compere, chronicler போன்ற இரு வேறு சொற்களுக்கு ஒரே பொருள் வந்தாலும் அது முரண். இந்த உள் முரண்களும் அகராதியின் கவனத்திற்கு வந்ததாகத் தெரியவில்லை.

வல்லுநர்கள் உண்டா?

Non-cognizable offence சாட்சியில்லா குற்றமாகிறது. Ordinance என்பது 'நெருக்கடி நிலைச் சட்டம்'. 'அவசரகால' என்பதைத் தவிர்க்கும் ஆர்வத்தில் அகராதி பெரிய குளறுபடிக்கு வழிசெய்கிறது. Competent court குறிப்பிட்ட விசாரணக்கு அதிகாரமுள்ளது என்பதாக இல்லாமல் 'தகுதியான நீதிமன்றம்' என்று வருகிறது. Purse strings 'சுருக்குக் கயிறு' என்றாகிறது (அமைச்சரவையின் கையில் purse strings, நிதி வழங்கும் அதிகாரம், இருப்பதாகச் சொல்வார்கள்). Bad blood என்பதற்கு அகராதி தரும் இணை 'கெட்ட குருதி'. இப்படிச் சில உருவ வழக்குகள் நேர் சொற்களாகக் கையாளப்பட்டுள்ளன. அகராதியில் prorogue 'தள்ளிவைப்பது அல்லது ஒத்திவைப்பது'. இதன்படி சபாநாயகரே சபையை prorogue செய்ய இயலும்! Adviser என்ற சொல் 'அறிவுரையாளர்', 'அறிவுரைஞர்', 'கருத்துரையாளர்'. குடியரசுத் தலைவருக்கோ, ஆளுநருக்கோ ஒரு adviser இருந்தால் அவரை இப்படி அழைக்க முடியுமா? சொற்களின் வலைப் பின்னலில் advisory என்ற சொல் mandatory என்பதிலிருந்து அர்த்தம் பெறுகிறது. சொற்களின் அர்த்தத் தொடர்பை அகராதி கருத்தில் கொள்ளவில்லை.

Abatement of charges என்பது 'கட்டணக் குறைப்பு', 'செலவுக் குறைப்பு' அல்லது 'வரிக் குறைப்பு' என்று வருகிறது. இந்தத் தொடருக்குப் பொருள் ஒருவர் மீது நடக்கும் குற்ற விசாரணை அவர் இறந்துவிடும்போது அப்படியே இற்றுப்போவது. ஒரு தொடராகச் சொற்களைச் சேர்த்துப் பார்க்காமல் அதில் உள்ள சொற்களுக்குத் தனித்தனியாகப் பொருள் ஆய்ந்ததால் வந்த கோளாறு இது. Admittedly என்பதற்கு இந்த அகராதியில் 'மறுப்புக்கு இடமின்றி' என்பது தமிழ் இணை. 'எதிராளி ஏற்றுக்கொண்டவாறு' அல்லது 'ஒப்புக்கொண்டவாறு' என்பது சரியாக இருக்கலாம். Ex-parte என்பதற்கு 'ஒரு சார்பான', 'ஒரு தலையான' என்று ஒரு தவறான தமிழ் இணை. News story என்பது 'செய்திக் கதை' என்று வருவதால் இந்த அகராதிக்குச் செய்திகள் எல்லாம் கதைகள்தானோ! Mock Parliament, mock test இரண்டும் 'போலி நாடாளுமன்றம்', 'போலித் தேர்வுகள்' என்ற இணைகளைப் பெறுகின்றன. தற்காலத் தமிழில் 'போலி' என்பது ஏமாற்றும் நோக்கம் உடையது. Casteism என்பது 'வகுப்புவாதம்', post-truth, 'உண்மைக்கு அப்பால்'. ஒரு கட்டுரை

எழுதுபவருக்கு மட்டுமே post-truth என்பதை 'உண்மைக்கு அப்பால்' என்று எழுதுவதன் பிரச்சினைகள் உறுத்தும். இணைச் சொற்களை அந்தந்தத் துறை வல்லுநர்களைக் கொண்டு சரிபார்த்ததாகத் தெரிய வில்லை. பிழைகள் நேர்வது இயல்புதான்; ஆனால், நோக்கமும் கோட்பாடும் தெளிவில்லாத காரணத்தால் பிழைகள் வருமானால் அவற்றை இயல்பு என்று கடந்து செல்ல இயலாது.

பழைய தமிழே தூய தமிழ்!

Aggrieved person, 'உறுகுறைத் தரப்பினர்', 'உறுகுறையர்'; aerodrome, 'வானூர்தி நிலையம்'; air hostess, 'வானூர்திப் பாங்கி'; blonde, 'பொன் கூந்தலாள்'; Miss.Universe, 'பேரண்டப் பேரழகி'; paradise, 'துறக்கம்'; age limit, 'அகவை வரம்பு'; blood, 'அரத்தம்', 'குருதி'; maintenance work, 'பேணுகைப் பணி'; federalism 'கூட்டாட்சி மெய்மம்'; loyalty, 'பற்றுறுதி'; railway accident, 'தொடரி நேர்ச்சி'; prison, 'காவற் கூடம்'; terrorist, 'தீங்கியலர்'; chain smoker, 'புகையறா வாயர்'. சமயக் குறவர் திருஞானசம்பந்தரை 'பாலறா வாயர்' என்று அழைப்பதைக் கேள்விப்பட்டிருப்பீர்கள். அகராதி, தன் சொல்லாக்கத்திற்கு எக்காலத்திலிருந்து, எந்தத் தமிழிலிருந்து, எந்த மொழி நடையிலிருந்து தன் முன்மாதிரியைப் பெறுகிறது என்று கவனியுங்கள்.

இந்த இணைச் சொற்களும், அகராதியின் கணிசமான பிற இணைகளும் உயர் வழக்கு, இலக்கிய வழக்கு, அருகிய வழக்கு அல்லது பழந்தமிழ்ச் சொற்கள். அகராதிக்கு தற்காலத் தமிழைப் பொறுத்தவரை ஒரு ஒவ்வாமை. அநேகமாக தற்காலத் தமிழ் என்ற கருத்தாக்கமே அதற்கு அந்நியம்.

அகராதியின் ஆங்கிலத் தலைப்பு glossary என்றும், தமிழில் அதுவே 'அகராதி' என்று இருப்பதும், உண்மையில் அகராதி இந்த இரண்டுமே இல்லாததான வேறு ஒரு வகையாக இருப்பதும் ('அகராதி' சொற் களைத் தானே உருவாக்கிக்கொள்வது இல்லை), நோக்கத்தில் தெளிவின்மையைக் காட்டுகிறது. இந்த அகராதி, dictionary, glossary என்ற சொற்களுக்குத் தான் கொடுக்கும் தமிழ் இணைகளைத் தன் தலைப்பில் தானே மறுதலிக்கிறது!

தமிழைத் தூய தமிழாக்கும் முயற்சியும் நிர்வாகத்தில் தமிழின் பயன்பாட்டை அதிகரிக்கும் முயற்சியும் ஒன்றேதான் என்பது இந்த

அகராதியின் கொள்கை. இந்த அனுமானம் யதார்த்தத்தைப் புறக் கணிக்கிறது. பழைய தமிழே தூய தமிழ் என்ற தவறான சமன்பாடு ஒன்றும் அதன் கொள்கை. நாம் இன்னொன்றையும் இங்கே சேர்த்துச் சொல்ல வேண்டும். இணைச் சொற்கள் பழைய தமிழின் சாயலில், புராதனத்தை அணிந்து வர வேண்டும் என்று இந்த அகராதிக்கு ஒரு பிடிவாதம். சொல்லில் மட்டுமல்லாமல் சொல்லின் இலக்கணத்திலும் இந்தப் பிடிவாதம் தெரிகிறது. Civilized person என்பதற்கு 'நனிநாகரிகர்' என்று இணை தருவதைக் கவனியுங்கள்.

தன் Social Dimensions of Modern Tamil (2011. Cre-A, Chennai) என்ற நூலில், இ.அண்ணாமலை தூய தமிழ் அதீதமாகப் பழைய தமிழைச் சார்ந்திருப்பதைப்பற்றிப் பேசுகிறார். பழந்தமிழ் இலக்கியங்களும், கல்வெட்டுகளும், தமிழ் வேர்ச் சொற்களுமே புதுச் சொற்களுக்கு ஆதாரமாவதால் தற்காலத் தமிழின் இயல்புக்கு மாறாகத் தொடர்கள் அமைவதையும், சொற்கள் புரிந்துகொள்ளக் கடினமாக இருப் பதையும் அவர் குறிப்பிடுகிறார்.

தமிழ் அடையாளம் பாதிக்கப்படுமோ என்ற அச்சத்தாலும், தமிழர்களின் உன்னதமான பழைய காலத்தோடு நம்மை அடையாளப் படுத்திக்கொள்ளவும் தூய தமிழ் என்ற ஒற்றைத் தமிழ் நடையை ஊக்குவிக்கிறோம் என்பது இ. அண்ணாமலையின் கருத்து. கூடவே ஒரே மொழி நடையை வற்புறுத்துவது தமிழ் நவீனமாவதற்கு எதிர் போக்காக அமையும் என்றும் அவர் சொல்கிறார். தற்காலத் தமிழ் இந்த 'ஒற்றை மொழி நடை' என்ற போக்குக்கு எதிரானது. அது இலக்கியத் தமிழைப் பேச்சுத் தமிழுக்கு நெருக்கமாக்குவது. ஆட்சிச் சொல் அகராதிக்குத் தற்காலத் தமிழ் மீது வந்த ஒவ்வாமைக்கு வேறு என்ன விளக்கம் இருக்கும்?

(இந்து தமிழ் திசை, 10.12.2024.
மேலும் பல எடுத்துக்காட்டுகள், தகவல்களுடன்.)

குறிப்பு

கட்டுரையை இந்து தமிழ் திசையில் படித்த பேராசிரியர் இ. அண்ணாமலை தன் கருத்தைச் சுருக்கமான மின்னஞ்சலாக எனக்கு அனுப்பியிருந்தார். மொழியியல் அறிஞரான அவர் நடை

இன்றைய தமிழ் வளர்ச்சி, சொல்லாக்க நடவடிக்கைகளில் பொது வாகத் தெரியும் சில சிக்கல்களைக் கச்சிதமாகவும், அழுத்தமாகவும் சொல்கிறது. மின்னஞ்சலை நான் மொழிபெயர்த்தவாறே கீழே கொடுத்துள்ளேன்:

"இந்த விவாதம் தேவைப்படும் ஒன்று. மொழியைப் பயன் படுத்துபவர்களுக்கு அந்த மொழி எளிதான கருத்துப் பரிமாற்றத்திற்கு உதவும் கருவியாக இல்லையானால், பண்டிதர்களின் உதவியைக் கொண்டுதான் அதைப் புரிந்துகொள்ளலாம் என்றால், என்ன பயன்? மொழிப் பாதுகாப்பு என்பது அந்த மொழியின் பயன்பாட்டைத் தடுப்பதாக அமையக் கூடாது. மக்கள் பயன்படுத்தாமல் ஒரு மொழி வளர்வதில்லை.

"இப்போது நிலவும் மொழிச் சித்தாந்தம் தனக்கு உள்ளே பொதிந்து வைக்கும் போலி தர்க்கங்களாகச் சிலவற்றைக் காட்டலாம். மொழியை அது இருந்தபடியே, கெட்டுப்போகாமல் காக்கவும், அதன் வளர்ச்சிக்கும் பிற மொழிகளிலிருந்து நாம் அதைப் பாதுகாத்து, தனித்து வைத்துக்கொள்ள வேண்டும் என்பது ஒன்று.

"மொழி வல்லுநர்களின் சிந்தனையில் சொற்கள் படைக்கப் படுகின்றன என்பது இரண்டாவது போலி தர்க்கம். நாம் பயன்படுத்து வதற்கு முன்பே மொழி தன் வடிவத்தை எடுத்துப் பிறக்கிறது; அந்தந்தப் புலத்தில் அதைப் பயன்படுத்தித் தகவல் உருவாக்கம் செய்பவர்களைச் சார்ந்து நிற்காமல், மொழி தானாகவே தனித்துத் தன் சொற்களை உருவாக்கிக்கொள்கிறது - இவை இந்தத் தர்க்கத்தின் கூறுகள்.

"நடைமுறையில், ஆங்கிலம் போன்றவற்றின் புதிய சொற் களையும் பொருளையும், மொழியை அவரவர்கள் வேலைகளுக்குப் பயன்படுத்துபவர்களே—அவர்கள் எழுத்தாளர்கள் என்றாலும், அறிவியல் அறிஞர்களானாலும்—எப்போதும் படைத்துக்கொள் கிறார்கள்; அவை மொழிச் சித்தாந்திகளால் உருவாக்கப்படுவ தில்லை என்பதை நாம் இங்கே கவனிக்க வேண்டும்.

"ஆங்கிலம் முதலிய மொழிகளிலிருந்து சொற்களைத் தமிழுக்குக் கொண்டுவருகிறார்கள். ஆனால், அந்த மொழிகளில் அவை எவற்றைக் குறிக்கப் பயன்படுகின்றன என்பதைப் பார்த்து, ஒரே மொழி அறிந்த

ஒரு கிராமவாசி தனக்கான சொல்லைப் படைத்துக்கொள்வதுபோல், சொற்களை உருவாக்குவதில்லை. அவை அந்த மொழிகளில் எப்படிப் பிறந்தன என்று காட்டும் சொல் பிறப்பியலை வைத்து, அந்தச் சொற்களைத் தமிழில் உருவாக்குகிறார்கள். இதன் அடிப்படையும் ஒரு போலி தர்க்கமே. சொல் எதைக் குறிக்கப் பயன்படுகிறது என்பது அதன் பொருள். அதைவிட, அதன் சொல் பிறப்பியல் காட்டும் கூறுகளின் பொருள் முக்கியம் என்பது இந்தப் போலி தர்க்கம்.''

கல்வி

1. அண்ணாமலைப் பல்கலைக்கழகம் இனி என்னவாகும்?

பல்கலைக்கழகம் போன்ற நிறுவனங்களின் வாழ்ச்சியும் தாழ்ச்சியும் அவற்றின் பலம், பலமின்மையை மட்டுமே காட்டுவதல்ல. சமுதாயத்தின் பண்பாட்டுத் திறத்தை மாற்றுரைத்துச் சொல்லும் நிகழ்வுகள் அவை. சித்திரங்களின் ரசனைக் குறை வர்ணங்களின் பஞ்சத்தால் வருவதாகுமா? ரசிகச் சீமான்களாகிய நாமும்தானே, சமுதாயமும் தானே அதற்குக் காரணம்!

கல்லூரிகளை இணைத்துக்கொள்ளும் நிறுவனமாக அண்ணாமலைப் பல்கலைக்கழகத்தை அரசு மாற்றியுள்ளது. அந்தப் பல்கலைக்கழகத்தின் அதிகார வரம்பை விரிவாக்கும் நிர்வாக மாற்றம் என்று இதைச் சுருக்கிப் புரிந்துகொள்ளக் கூடாது. எட்டு ஆண்டுகளில் நூற்றாண்டு விழா காணப்போகும் அண்ணாமலைப் பல்கலைக்கழகம் கற்பவர்களும் கற்பிப்பவர்களும் தன் வளாகத்திலேயே தங்கும் நிறுவனமாகத்தான் உருவானது. தான் கற்பித்தவர்களை மட்டுமே தேர்வுக்கு அது அனுமதிக்கும். வளாகத் தங்கல் என்பது மாணவர்களின் வசதியை மட்டும் கருதி செய்யப்பட்டதல்ல. கல்வியின் பெரும்பகுதியே உடன் படிப்பவர்களோடும் பேராசிரியர்களோடும் மாணவர்கள் தங்கி, அவர்கள் வளாகச் சமுதாயத்தின் அங்கமாகும் அனுபவம்தான். கல்விபற்றிய, கற்பிக்கும் முறைபற்றிய தத்துவ நிலைப்பாட்டினால் வந்த ஏற்பாடு அது.

அந்தப் பல்கலைக்கழகத்தில் ஆறு ஆண்டுகள் படித்து, பின்பு 1971இல் ஓராண்டு ஆசிரியராகவும் இருந்திருக்கிறேன். வகுப்புகள் துவங்கும் ஒன்பது மணிக்கு முன்பும், அவை முடியும் நான்கு மணிக்குப் பின்பும், தங்குவளாகத்தில் சக மாணவர்களிடமிருந்து மாணவர்கள் கற்பது அவர்கள் வகுப்புகளில் கற்பதைவிட அதிகம் என்பது என் அனுபவம். விடுதியில் அறை நண்பர்களாக இருந்தவர்கள் உளவியல்,

பொருளியல், வரலாறு, இயற்பியல், வணிகவியல் மாணவர்கள். அடுத்த அறைக்குச் சென்றால் வேறு துறை மாணவர்களோடும் உரையாடலாம். விடுதியும், வளாகமும் ஒரு இணைப் பல்கலைக்கழகமாக இருந்தன.

நாம் மறுதலித்த கோட்பாடு

எண்பத்து நான்கு ஆண்டுகளைக் கடந்த பின், 2013இல் வந்த ஒரு சட்டத்தின் சிசுவாக அந்தப் பல்கலைக்கழகம் மறுபிறப்பு எடுத்துக் கொண்டது. வளாகத்தில் தங்கல், தான் பயிற்றுவிப்பவர்களுக்கு மட்டுமே தேர்வு எழுத அனுமதி—இந்த இரண்டு அம்சங்களும் 2013ஆம் ஆண்டுச் சட்டத்தில் மறைந்துவிட்டன. 2021 ஆகஸ்ட் சட்டம் நான்கு மாவட்ட கல்லூரிகளை அண்ணாமலைப் பல்கலைக் கழகத்தோடு இணைக்கிறது. தான் பயிற்றுவிக்காத கல்லூரி மாண வர்களுக்கும் பல்கலைக்கழகம் இப்போது தேர்வு நடத்தும். நாம் விசுவாசித்த கல்விக் கோட்பாடுகளை நாமே ஏன் கூசாமல் மறுதலிக் கிறோம்?

இப்போது வந்த மத்தியப் பல்கலைக்கழகங்களில்கூட அந்தந்த ஆசிரியர் நடத்தும் பாடத்துக்கு அவரேதான் தேர்வு நடத்தி மதிப் பெண் வழங்குவார். இப்படிக் கல்விச் சிந்தனை, இதர இடங்களில், அடுத்த மேல்நிலைக்கு நகர்வதை நாம் கவனிக்க வேண்டும். அண்ணாமலைப் பல்கலைக்கழகம் மட்டும் தன் கல்விச் சிந்தனையில் ஒரு சராசரி நிலைக்குப் பின்னோக்கிச் சென்றுள்ளது. உயர் கல்வி முன்னேற்றம் கல்லூரி, பல்கலைக்கழகங்களின் எண்ணிக்கைப் பெருக் கத்தில் மட்டுமே இருக்கிறது என்று நம்மை நாமே ஏமாற்றிக் கொள்ளலாமா? புதிய உயர்கல்வி முறைகளை உருவாக்கும் கற்பனைத் திறன் இல்லாவிட்டாலும், அன்றைய சராசரிச் சிந்தனையிலிருந்து விலகி நின்ற அண்ணாமலைப் பல்கலைக்கழகத்தையாவது அப்படியே நாம் தக்கவைத்துக்கொண்டிருக்கலாம்.

வளாகத்தில் தங்குவது என்ற கல்விக் கோட்பாட்டினை 2013ஆம் ஆண்டுச் சட்டம், 1929ஆம் ஆண்டுச் சட்டத்தின் சொற்களை விட்டு விட்ட அளவில் மறுதலித்தது. அந்த மறுதலிப்பிற்குத் தற்போதைய சட்டம் செயல் வடிவம் கொடுத்திருக்கிறது. இந்தியாவில் விரல் விட்டு எண்ணிவிடக்கூடிய தங்குவளாகப் பல்கலைக்கழகங்களில் ஒன்றாக இருந்த அண்ணமலைப் பல்கலைக்கழகம் இன்றைக்கு ஒரு சராசரிப் பல்கலைக்கழகம். வளாகச் சமுதாயத்தையே ஆதர்ச

பல்கலைக்கழகமாகக் கொண்டாடும் கல்விச் சிந்தனை இப்போது கூனிக் குறுகுகிறது.

இப்போதும் பல்கலைக்கழக வளாகம் இருக்கிறது; மாணவர்களும் ஆசிரியர்களும் அங்கே தங்குகிறார்கள் என்று சொல்லக்கூடும். கல்லூரிகளை இணைத்துக்கொள்ளும் பல்கலைக்கழகம் தங்குவளாகப் பல்கலைக்கழகம் என்ற கருத்திற்கு எதிர்மறை. பெரும்பாலான மாணவர்களும் ஆசிரியர்களும் இணைப்புப் பெறும் கல்லூரிகளில் இருக்கும்போது வளாகச் சமுதாயம் உருவாகாது. அது சாத்தியமானால் சென்னை, பாரதிதாசன் போன்ற பல்கலைக்கழகங்களுக்கும் வளாகச் சமுதாயங்கள் உருவாகியிருக்கும்.

வளாகச் சமுதாயத்தின் வளம்

வளாகச் சமுதாயத்தை நான் சிலாகிப்பதால் வகுப்பறையில் கற்பதை மதிக்கவில்லை என்று அர்த்தமாகாது. 1960களிலும், அதற்கு முன்பும் அண்ணாமலைப் பல்கலைக்கழகத்தில் படித்தவர்கள் அங்கு இருந்த சுதந்திரத்தை அறிவார்கள். பத்து நிமிட நடையில் மாணவர்கள் பேராசிரியர்களின் வீடுகளுக்குச் சென்று உரையாடலாம். துணைவேந்தர் மாணவர் விடுதிக்கு வந்து உணவருந்துவார். இன்ன கட்சி என்றில்லாமல் ஒரே நேரத்தில் பல அரசியல் தலைவர்கள் பல்கலைக்கழக நிகழ்ச்சிகளில் உரையாற்றுவார்கள். விடுதிகளுக்கும் வந்து மாணவர்களோடு உரையாடுவார்கள். அரசியல் அங்கு ஒதுக்கப்பட்ட விஷயமல்ல. உணவு விடுதிகளை மாணவர்களே நிர்வகித்தார்கள். திறந்தவெளி அரங்கின் சனிக்கிழமை திரைப் படங்கள் கல்வியின் அங்கமாக இருந்தது. பஞ்சாப், மேற்கு வங்கம், கேரளம் சார்ந்தவர்களுக்குச் சங்கங்களும் விழாக்களும் இருந்தன. ஓவியப் பிரிவு இருந்தது. இசைக்கல்லூரியின் தலைவர் எம்.எம். தண்டபாணி தேசிகர் பெரும் நாகஸ்வர கச்சேரிகளுக்கு ஏற்பாடு செய்வார். இசை பயிலும் இலங்கை மாணவர்கள் ஏராளம். காலை எட்டு மணிக்குத் திறக்கும் நூல்நிலையத்தை இரவு எட்டு மணிக்குத்தான் மூடுவார்கள்.

நான் புகுமுக வகுப்பில் இருந்தபோது மாணவர்கள் தங்கள் முதன்மைப் பாடத்தோடு தர்க்கம், தத்துவம், ஓவியம், சமூகவியல், இசை, அல்லது தமிழ், ஆங்கிலம் அல்லாத மொழிகளில் ஒன்றைப் படிக்க வேண்டும். இளங்கலையில் ஜெர்மன், பிரெஞ்சு, தெலுங்கு, போன்றவற்றை படிக்கலாம். இப்போதுதான் பல்துறை பாடங்களையும் மாணவர்கள் கற்க வேண்டும் என்று சொல்கிறோம்.

அண்ணாமலைப் பல்கலைக்கழகத்தில் கலைப் பிரிவு மாணவர்கள் அப்போதே அறிவியலையும், அறிவியலில் இருப்பவர்கள் கலைப் பாடங்களையும் குறும் பாடங்களாகப் பயில வேண்டும். படிக்க வேண்டிய ஆங்கிலக் கவிதைகளை, எண்ணிக்கையில் அல்லாமல், வரிக் கணக்கில் நியமித்தார்கள். ஆக்ஸ்போர்ட் பல்கலைக்கழகத்தை விட இரண்டு வரிகளாவது அண்ணாமலையில் படிக்கவேண்டிய கவிதைகள் கூடுதல் என்று சொல்வது வழக்கம். மற்ற பல்கலைக் கழகங்கள் பயிற்றுவிக்காத பழைய ஆங்கிலம், இடைக்கால ஆங்கில மொழிகளை அங்கு பயின்றோம்.

இந்தப் பல்கலைக்கழகத்தை, அது இருந்தவாறே, அரசின் கட்டுப்பாட்டுக்குள் கொண்டுவர அப்போதைய தமிழக முதல்வர் எம். பக்தவத்சலம் ஒரு மசோதா தயாரித்திருந்தார். அன்றைய முயற்சி 2013இல் ஒருவாறாக நிறைவேறியதுபற்றி நாம் மனநிறைவு கொள்ளலாம். அதன் இன்றைய அடுத்த கட்ட நகர்வுகள் கல்விச் சிந்தனை காட்டும் பாதையில் இருக்கவேண்டும் என்று நாம் விரும்புவது இயற்கை. அப்படி இல்லையே என்று நாம் வருத்தப் படுவதுதான் நம் கொடுப்பினை. கல்வி நிறுவனங்களின் வளாகச் சமுதாயத்தைக் கல்விச் சாதனமாக வளப்படுத்துகிறோமா? அந்தக் கேள்வி கல்விச் சிந்தனையை மையக் கூறாகக் கொள்ளும் பண் பாட்டுக்கு வந்த பரீட்சை! கல்விச் சிந்தனையில் பிறக்காத, அல்லது அதற்கு எதிராகப் பிறந்த நிர்வாக மாற்றங்கள் எதைச் சாதிக்கும்?

(இந்து தமிழ் திசை, 08.09.2021.)

2. தமிழக உயர்கல்வியின் யதார்த்தங்கள்

ஆங்கில நாளிதழ் 'தி இந்து'வுக்குத் தமிழக முதல்வர் அளித்த பேட்டி ஒன்றில் (14-01-2022) உயர்கல்விபற்றியும் பேசியிருந்தார். தமிழகத்தின் மருத்துவ, பொறியியல் கல்விகள் பாராட்டு பெறு கின்றன. அவற்றுக்கு அமைந்தது போலவே கலைப்பாடங்கள், சமூக அறிவியல், அறிவியல் பாடங்களுக்கும் சிறப்பான கல்வி மையங்கள் உருவாகுமா என்று பேட்டியில் ஒரு கேள்வி. சமூக அறிவியல், கலைப் பாடங்கள், இலக்கியம்பற்றி இப்போது விழிப்புணர்வு வந்துள்ளதால் அவை தனிக் கவனம் பெறும் என்று சொல்லியுள்ளார் தமிழக முதல்வர்.

அவர் சொல்லியிருப்பதை நீண்ட காலமாகவே உயர்கல்வியில் தேவைப்பட்ட சிந்தனை மாற்றத்துக்கான அறிவிப்பாக நாம் கொண்டாடலாம். உயர்கல்வியில் ஏறத்தாழ அரை நூற்றாண்டுகளாக நிலவும் யதார்த்தங்களை இப்போது நாம் கவனிப்பது பொருத்தமாகும்.

தமிழகத்தில் உயர்கல்வி என்ற பரந்த புலம் கருத்தளவில் குறுக, அந்தக் குறுகிய இடத்தையும் தொழிற்கல்விகள், தொழில்நுட்பக் கல்விகள் ஆக்கிரமித்துக்கொண்டன. மொழி, வரலாறு, பொருளியல் போன்றவை கல்லூரிகளில் ஒப்புக்காக இருப்பவை. தத்துவம், தர்க்கம், சமூகவியல், உளவியல், மொழியியல், சமயத் தத்துவங்கள் நம் கல்லூரிகளில் தென்படுவது அரிது. உயர்கல்வி என்ற கருத்தாக்கம் சுருங்கி இவற்றை வெளியேற்றியது.

இந்தப் பாடங்களை இப்போது யாராவது படிப்பார்களா என்று நீங்கள் கேட்கக்கூடும். நாம் இன்னும் போக்கிக்கொள்ளாத சொல் வறட்சியில் மொழி, தத்துவம் முதலியவற்றை, வர்ணமும், ஒப்பனையும் நினைவுக்கு வருமாறு, 'கலை'ப் பாடங்கள் என்று சொல்கிறோம். கல்லூரிகளையும் 'கலை'க் கல்லூரிகள் என்று சொல் கிறோம். அதுவே இவற்றுக்குக் கேடாகிவிட்டது. தமிழ்நாடு மத்தியப் பல்கலைக்கழகத்தில் அரசியல் சிந்தனை, இந்திய அரசியல் சட்டம், நிர்வாகச் சட்டம் முதலிய பாடங்களை மற்ற துறை மாணவர்களுக்கு விருப்பப் பாடங்களாக பயிற்றுவித்தேன். வேதியியல், இயற்பியல், உயிரியல் மாணவர்கள் வேண்டிய எண்ணிக்கையில் இவற்றில் சேர்ந்தார்கள். ஆர்வத்தில் இவர்களுக்குக் குறைந்தவர்களாக நம் கல்லூரி மாணவர்களை நாம் மதிப்பிடக் கூடாது.

எதையும் விமர்சன நோக்கில் பார்க்கப் பயில்வது கல்வியின் முக்கியமான நோக்கம். நாம் தொடர்புபடுத்திப் பார்க்காத அறிவுப் புலங்களை ஒருசேரக் கற்றுக்கொள்ள இன்றைய மாணவர்கள் விரும்புவது அந்த நோக்கத்திற்கு ஏற்றது. கலை, சமூக அறிவியல் பாடங்களை வேற்றுத் துறை பாடங்களோடு சேர்த்துத் தருவதை மாணவர்கள் வரவேற்பார்கள். இந்தப் பாடங்களின் மறுவாழ்வுக் காகக் கெஞ்சாமல் கெஞ்சுகிறேன் என்று நினைக்கக் கூடாது. பல துறைப் பாடங்களையும் ஒருசேரப் பயிலவேண்டுமென்பது இன்றைய உயர்கல்விச் சிந்தனை.

தன்னாட்சி பெற்ற சில கல்லூரிகள் புதிய பாடங்களையும், வேற்றுப் புலப் பாடங்களையும் பயிற்றுவிப்பது உண்டுதான். ஒரு பட்டப் படிப்புக்கு இரண்டு மூன்று முதன்மைப் பாடங்களை வைத்துள்ளவையும் உண்டு. இப்படியான முயற்சிகளும், சோதனை களும் அபூர்வம். தன்னாட்சியின் சுதந்திரத்தை நம் கல்லூரிகள் உயர்கல்வியின் எல்லா அம்சத்துக்கும்—பாடத்திட்டம், கற்பித்தல், கற்றல், தேர்வு ஆகிய எல்லாவற்றுக்கும்—முழுமையாகப் பயன்படுத்து கின்றன என்று சொல்ல இயலாது. விருப்பப் பாடங்கள் பெரும் பாலும் முதன்மைப் பாட வகையிலான குட்டிப் பாடங்களாகத்தான் இருக்கும்; வேறு அறிவுப்புலத்தவையாக இருக்காது. இந்த முயற்சிகள் ஏன் ஒரு அளவோடும், சில கல்லூரிகளோடும் தேங்கிவிடுகின்றன?

வாழிடம் தேடும் உயிரினம்

பாடங்கள் உண்மையிலேயே புதியனவாக இருந்தால் நம் கல்விச் சூழலில் தரிக்க இயலாத அரிய உயிரினங்கள் போல் விரைவில் மறைந்துபோகும் என்பது என் அனுபவம். 'நூலாக்கம், எடிட்டிங்' என்ற ஒரு பாடத்தை அப்போதைய 'தி மெட்ராஸ் மெயில்' ஆசிரியர் வி.பி. ராஜன் தலைமையில், சென்னை நந்தனம் அரசுக் கல்லூரியில் துவக்கினோம் (1975). விரைவிலேயே அது மறைந்துவிட்டது. இப்போதாவது நிலைக்கும் என்று அந்தப் பாடத்தை இருபத்தைந்து ஆண்டுகளுக்குப் பிறகு இன்னொரு கல்லூரியில் துவக்கினேன். மூன்று ஆண்டுகளில் மறைந்துபோனது. பட்ட மேற்படிப்புக்கு மாணவர் களைத் தேர்வுசெய்யும் கல்லூரிகள் இந்தப் படிப்பு பி.ஏ. ஆங்கிலத் துக்குச் சமமானதா என்பதில் குழம்பிப்போயின. பாடம் மறைந்து போனதற்கு இப்படியும் ஒரு புறக் காரணம். வேலைக்கு ஆளெடுக்கும்

துறைகள் புதிய பாடங்களை அங்கீகரிக்கவில்லையானால் அப்போதும் உயர்கல்விப் பாடங்களில் நிகழும் சோதனை முயற்சிகள் தொய்யும். உயர்கல்விக்குள் புதியன வருவதும், வந்தவை நிலைப்பதும் நம் சூழலில் அவ்வளவு எளிதல்ல.

இலக்கியம், அரசியல், சமூகவியல், தத்துவம் போன்றவற்றுக்குப் பொதுப்புத்தி உயர்கல்வியின் மவுசைத் தராது. இவற்றைப் பாமரப் போக்கில் பயன்பாடு இல்லாதவையாக வகைப்படுத்திப் கல்விப் புலங்களை படிநிலைப்படுத்துவதும் உண்டு. சமூக அறிவியல் பாடங்கள்பற்றிய விழிப்புணர்வைப் பேசும்போது ஒரு புதிய கல்விக் கலாச்சாரத்தின் வருகையை அறிவிக்கிறோம்.

ஆக, உயர்கல்வி பற்றிய நம் கருத்து விரிவாகி மாறவேண்டியது தான் இப்போது நடக்க வேண்டும். ஆனால், நாம் அந்தக் கட்டத்துக்கு நகராமல் நூல்களைப் பற்றியே பேசுகிறோம். புத்தகங்களில் உள்ள தகவல்கள் திருந்தி செழுமையாக வேண்டும், அது ஒரு வல்லுநர் குழுவால் இயலும் என்ற வகையிலேயே சிந்திக்கிறோம். அல்லது, நமக்கு எவையெல்லாம் சிறப்பானவை என்று தோன்றுகிறதோ அவை மாணவர்கள் படிக்கும் கதைகளாக, கட்டுரைகளாக வைக்கப்படாததுதான் உயர்கல்வியின் குறை என்று நினைக்கிறோம். கல்விக் கொள்கை என்பது நூல்களில் உள்ள பாடங்களைப் பற்றியதுதான் என்று வைத்துக்கொண்டோம்.

வெற்று ஊடகமல்ல பேராசிரியர்

திறந்து பேசவேண்டுமென்றால், பேராசிரியத்தன்மை உள்ள எவரும் இன்னொருவர் வகுத்துக்கொடுத்த பாடத்தைத் தான் சொல்லித் தர இசைய மாட்டார். தான் எப்படிக் கற்பிக்க வேண்டும், தன்னிடம் கற்கும் மாணவர்களை எப்படிச் சோதிக்க வேண்டும் என்று தனக்கு இன்னொருவர், அது நல்ல வல்லுநர் குழுவாக இருந்தாலும், சொல்வதற்கு ஒப்ப மாட்டார். தாங்கள் குறிப்பிடும் நூல்களை மாணவர்கள் படிக்க வேண்டும் என்று சொல்பவர்களின் சிந்தனை என்ன? நூலைப் படிக்கும் மாணவர்கள் அதனோடு ஒன்றிப்போக வேண்டும் என்பது மட்டுமல்ல அவர்கள் எதிர்பார்ப்பது. ஒன்றிப் படிப்பதுதான் நல்ல வாசிப்பு. ஆனால், அவர்கள் எதிர்பார்ப்பது என்னவென்றால் மாணவர்கள் நூலில் உள்ளதை ஏற்பார்கள்; அவர்கள் அப்படி ஏற்க வேண்டும் என்பதும்தான். இது உயர்கல்விக்குப்

பொருந்திவரும் சிந்தனை அல்ல. நல்ல கேள்விகள்கூட பாடத்தில் வருவதை அப்படியே விடையாக எதிர்பார்த்துக் கேட்கப்படுவ தில்லை; அவை விமர்சனத்தை எதிர்பார்ப்பவை.

பாடம் சொல்லும் ஆசிரியர், பாடத்தில் தன்னைக் கரைத்துக் கொண்டு தகவல் கடத்தும் வெற்று ஊடகமாகிவிடுவார் என்று எதிர்பார்ப்பதும் தவறு. ஆசிரியர் பங்களிப்பும் மாணவர்களின் முனைப்பான பங்களிப்பும் இல்லாத எந்தப் பாடங்களும் கறாராகத் தங்களிடம் உள்ள செய்திகளைக்கொண்டே வகுப்பறையில் வெற்றி பெற்றதில்லை.

பேராசிரியரை மையப்படுத்தி அமையாத உயர்கல்வி ஒன்று இருப்பதாக நான் கூற மாட்டேன். இன்னின்ன பேராசிரியர்கள் அங்கு இருக்கிறார்கள் என்பதற்காகத்தான் மாணவர்கள் அந்தப் பல்கலைக் கழகங்களுக்கும், கல்லூரிகளுக்கும் படிக்கவருகிறார்கள். நான் படிக்கும்போது என் பேராசிரியர்களைக் கருதியே கேரளத்திலிருந்து மாணவர்கள் அண்ணாமலைப் பல்கலைக்கழகத்திற்கு வந்தார்கள்.

இங்கு நெருக்கி நூற்று நாற்பது அரசுக் கல்லூரிகளும், நானூறுக்கும் மேலான தனியார் கல்லூரிகளும் இருக்கின்றன. அரசுக் கல்லூரிகளில் மட்டும் நான்கு லட்சத்துக்கும் மேலாக மாணவர்கள் இருக்கக்கூடும். யூ.ஜி.சி. விதிக்கும் ஊதியம் அளித்தால் திறமையானவர்களைக் கல்லூரிப் பணிக்கு ஈர்க்க முடியும் என்று அன்றைய முதல்வர் எம். பக்தவத்சலம் அந்த ஊதியத்தை அமல்செய்தார். மேலும் கல்லூரிகள் வேண்டுமென்று நன்கொடையாளர்கள் பெயரில் கல்லூரி துவக்கும் திட்டத்தையும் செயல்படுத்தினார்.

பின்னர், 1970களில், அப்போதைய முதல்வர் கலைஞர் ஏராள மாகக் கல்லூரிகளைத் துவக்கியது பெரிய முன்னேற்றம். அந்தப் போக்கு நிலைத்து, இந்த ஆண்டுகூட பத்து கல்லூரிகள் புதிதாக வந்தன. சமுதாயத்தின் முனைப்புக்கு ஈடுகொடுத்து சேர்க்கைக்கு அனுமதிக்கப்பட்ட மாணவர் எண்ணிக்கையை அதிகரித்தார்கள். கல்லூரிகள் ஒரு நாளுக்கு இரண்டு சுற்று செயல்பட்டுத் தங்களை இரட்டித்துக்கொண்டன.

1970களில் நூறு மாணவர்களுக்குமேல் வகுப்பறையில் வைத்துக் கொண்டு, மேடைப் பிரசங்கம்போல் பாடம் நடத்துவோம். கல்லூரி களிலும், பல்கலைக்கழகங்களிலும் இப்போது மாநில அரசு மட்டுமே ஆண்டுக்கு நாலாயிரம் கோடி செலவழிக்கிறது. சுவாமி விவேகானந்தர்

தனக்கு நூறு இளைஞர்கள் போதும் என்றார். நம் மாணவர்களின் என்ணிக்கையைப் பார்த்தால் நமக்கு ஒரு யுகப் புரட்சிக்கான வாய்ப்பு கிடைத்திருக்கிறது என்று சொல்லலாம். நம் சாதனைகளை, கல்லூரிகள் என்ற நம் உயர்கல்விச் சாதனங்களை, இந்த வாய்ப்பைப் பின்னணியாக வைத்து மதிப்பிட்டுக் கொள்ள வேண்டும்.

தரவு வலைக்குச் சிக்காதவை

இந்த வளாகங்களில்தான் உயர்கல்வி என்ற நிகழ்வு. வளாகங்கள் அந்த நிகழ்வுக்குச் சாட்சி; பங்கேற்கின்றன, பங்களிக்கின்றன என்று சொல்ல முடியாது. தரவுகள் இல்லாமல், தோன்றியதைச் சொல் கிறேன் என்று நினைக்காதீர்கள். நாற்பத்தேழு ஆண்டுகள் உயர்கல்வி நிலையங்களில் இருந்தவன் சமுதாயத்திற்கு முன்னால் நின்று அளிக்கும் வாக்குமூலம். தரவுகள் என்ற வலைக்குள் சிக்கும் தன்மை இல்லாதவையும் மனித சமுதாயத்தில் உண்டுதானே!

அறுபது எழுபது மாணவர்கள் இருக்கும் வகுப்பில் பத்துப் பதினைந்து மாணவர்களிடம் கற்கும் ஆர்வமிருந்தால் அது நம் எதிர் பார்ப்பிற்கு அதிகம் என்கிறார்கள் இன்றைய ஆசிரியர்களும். இந்தச் சொற்பத்திலும் மணி மணியான மாணவர்கள் சிலர் உருவானார்கள். சிறந்த பதிப்பாளர் ஒருவர், ‘‘புத்தகங்களையே வாங்காதவர்களில் கல்லூரி ஆசிரியர்கள்தான் அதிகம்’’ என்று சொன்னார்.

எல்லா சமூகப் பின்னணி உள்ளவர்களுக்கும் உயர்கல்வி கிடைக் கிறது. அதனால் கற்பதில் சில போதாமைகள் வரலாம் என்று நினைப்பது சரியல்ல. இட ஒதுக்கீட்டு முறைப்படி மாணவர் சேர்க்கை கறாராக நடப்பதில்லை. முதல் இரண்டு சுற்று சேர்க்கை ஓரளவுக்குச் சரியாக நடந்துவிடும். அதில் மீத்துக்கொள்ளும் இடங்கள், அவசரத் துக்கு ஆண்டுதோறும் அதிகரிக்கும் இடங்கள், முறையாக யாருக்குப் போக வேண்டுமோ அவர்களுக்குப் போகாமல் இதரர்களுக்குப் போகும். அப்போதைய மடைமாற்றுக்கு முதல் இலக்கு பஞ்சைச் சமூக அறிவியல் துறைகள்.

ஆரம்ப கால ஆசிரியர் தேர்வில் இருந்த போதாமைகளை நீக்கிக் கொள்ள ஆசிரியர்கள் முயற்சித்தார்கள். கூடவே நுட்பமில்லாத போராட்டப் போக்கு ஒன்று ஆசிரியர்களுக்குள் புகுந்தது. அந்தப் போக்குக்கான காரணிகள் இன்றுவரை தணியவில்லை. இந்தச் சூழலில் கல்லூரி வளாகங்களில் புலமை தழைக்கும் என்று எதிர் பார்க்கலாமா? கற்பதற்குக் கிடைத்தது சொற்பம் என்று மாணவர்கள்

வருந்தக்கூடும். பேராசிரியர்கள் சிலரும் தங்களை அங்கே வீணடித்துக் கொண்டோம் என்ற நினைப்போடு ஓய்வு பெறலாம். கல்லூரி வளாகங்கள் இதில் ஒரு தரப்பை விட்டு இன்னொன்றை வளர்க்க முடியாது. கற்க வருபவரும், கற்பிக்க வருபவரும் ஒருவரை ஒருவர் தொலைத்துத் தேடிக்கொண்டேயிருக்கும் இருண்ட வனாந்தரங்கள் அவை.

ஒரு நேரத்தில், தமிழகத்தின் கல்லூரிகளில் சில பெரும் செல்வாக்கு பெற்ற நிறுவனங்கள். செல்வாக்கு என்று நான் சொல்வது அவை சமுதாயத்தில் ஏற்படுத்திய தாக்கத்தை. ஒருவர் திறமையாகச் செயல்பட்டால் பாராட்டும்வகையில், "இவர் அந்தக் கல்லூரி மாணவர்" என்று சொல்வது வழக்கம். சில பள்ளிகளும் இப்படி இருந்தன. இந்த நிறுவனத்தன்மை வெயிலில் போட்ட துணியாக வெளுத்துப்போயிற்று.

சராசரி உலகில் தொலைந்தவை

கல்லூரிகளுக்கும், பல்கலைக்கழகங்களுக்கும் அவற்றின் நிறுவனத்தன்மை எப்படி வருகிறது? நான் படித்த பள்ளியின் சின்னத்தில் "உலகத்திற்கு வெளிச்சம் நீங்களே" என்ற வாசகமிருக்கும். கல்வி நிலையங்களுக்கு இப்படி ஒரு தத்துவ தரிசனம். பேராசிரியர்களும் அவரவர் அறிவுப் புலத்தில் ஒரு தரிசனம் வாய்த்தவர்களே. இதன் காரணமாகவே வளாகங்களுக்கும், பேராசிரியர்களுக்கும் அன்றாட சமூகத்திலிருந்து ஒரு விலகல் இருக்கும்.

நிறுவன உருவாக்கம்பற்றிப் பேசும்போது, நான் கல்லூரியின் வளாகப் பரப்பு போன்ற பௌதீக அமசங்களிலிருந்தே துவங்க வேண்டும். வளாகத்தின் விஸ்தாரம், அதிலுள்ள மரங்கள், கட்டடங்களின் ஆகிருதியும் பாணியும்—இவை எல்லாம் சராசரிச் சமூகத்திலிருந்து வளாகம் விலகி நிற்பதைத் தங்களின் சங்கதியாக உரத்துச் சொல்பவை. இன்றைய வளாகத்தையும் கட்டடங்களையும் பாருங்களேன்! அவை நோக்கம் தெரியுமாறு அமைந்திருக்காது. அள்ளித் தெளித்தவையாக ஒன்றுக்கு ஒன்று இசைவில்லாமலும், தங்களுக்கென்று ஒரு தன்மை இல்லாமலும் இருக்கும். "இன்றைக்கு ஒரு பொழுதுதான் இங்கே, நாளைக்குச் சென்றுவிடுவேன்" என்பவை போல் ஒண்டிக்கொண்டிருக்கும் கூழைகள்; வளாக வெளியின் குரூரத் தழும்புகள். மரத்தடியில் பாடம் சொல்வது எவ்வளவோ மேல். அதையும்தான் செய்தோம்!

மாவட்ட ஆட்சியரின் அலுவலகத்தைக் கட்டடக் கலைஞர்களைக் கொண்டு கம்பீரமாக வடிவமைத்துக்கொள்கிறோம். அதிகாரத்தைக் குடிமக்களுக்கு அடையாளப்படுத்த அது நமக்குத் தேவை. கல்லூரிக் கட்டடங்களுக்கு அடையாளம் எதற்கு? அவை சராசரி உலகத்தில் தங்களைத் தொலைத்துக்கொள்ள வேண்டாமா? அங்கே துவங்கும் உயர்கல்வியின் தாழ்ச்சி ஆசிரியர் தேர்வில் வந்து கச்சிதமாக நிலை கொள்ளும். காலக் கிரமத்தில் ஆசிரியர் தேர்வு நடந்ததில்லை. கால் நூற்றாண்டுக்கு முன்பு நிரந்தர ஆசிரியர்கள் இல்லாத இடங் களில் ஒப்பந்த ஆசிரியர்களையும், மாதம் மூவாயிரத்து இருநூறுக்கு மிகாத ஊதியத்தில் வருகை விரிவுரையாளர்களையும், பெற்றோர்-ஆசிரியர் நிதியில் ஊதியம் பெறுபவர்களையும் கொண்டு பாடங்கள் நடந்தன. ஒரு முறை பதினேழு நிரந்தர ஆசிரியர்களையும், ஏறத்தாழ நூறு வருகை விரிவுரையாளர்களையும் வைத்து நான் பணியாற்றிய கல்லூரி நகர்ந்தது.

கல்வி, ஆசிரியர், கட்டடம், வளாகம், பெருகும் மாணவர் எண்ணிக்கை, அவர்களின் தேர்ச்சி விகிதம்-இப்படி பிரச்சினை எதுவானாலும் அப்போதைக்கு அப்போது தோன்றியதைத் தீர்வாக வைத்துக்கொண்டோம். எந்தத் தீர்வுக்கும் கல்விச் சிந்தனை அடிப் படையாக இருந்திருக்காது. கொஞ்சம் மாற்றிச் சிந்தித்தவர்களும் உயர்கல்வி என்பது பெருகும் எண்ணிக்கைக்கும் தரத்துக்கும் இடையி லான இழுபறிப் போட்டி, ஜனநாயகத்தின் பிறவிக் குறை என்ற வகையிலேயே சிந்தித்தார்கள்.

மீண்டு வராத பாண்டித்திய மரபு

ஆசிரியர் போதாமை போன்ற சிறிய பிரச்சினைகளை இப்போது சரிசெய்துவிடலாம் என்பது ஆறுதல் அல்ல. வளாகத்தின் பாண்டித்திய தொடர்ச்சி இற்றுப்போனதை எப்படிச் சரிப்படுத்த முடியும்? பாரதி தாசன் பல்கலைக்கழகத் துணைவேந்தர், பேராசிரியர் பொன்ன வைகோ, ஒரு கூட்டத்தில், ‘‘அறிவியலில் திறமையான ஆசிரியர் உருவாக இருபத்தைந்து ஆண்டுகள் வேண்டும், நல்ல மொழி ஆசிரியர் உருவாக ஐம்பது ஆண்டுகளாகும்’’ என்றார். உண்மைதான் என்று பட்டது. கல்வி நிலையங்களின் இருப்புக்குப் பாண்டித்திய மரபின் தொடர்ச்சி ஒரு நிபந்தனை. வளாகங்களில் அதை நாம் பராமரித்துக்கொள்ளவில்லை. இப்போது துவங்கினாலும், அது மீளவும் வந்து நிலைகொள்ள இன்னும் அரை நூற்றாண்டு வேண்டும்.

ஆட்சியாளர்களின் அக்கறைகளில் பாண்டித்திய மரபு கடைசி இடத்தில்கூட இருந்ததில்லை. அந்த மரபு இற்றுப்போனதை நூலகங்களில் குப்பைகளாக இருக்கும் புத்தகத் தொகுப்புகளே காட்டிக் கொடுக்கும். ஆண்டுமலர்களைப் பார்த்தும் கல்லூரிகளின் புலமை மரபைப் புரிந்துகொள்ளலாம். அவை கல்லூரிகளைப் பற்றி உண்மைச் சங்கதிகளைச் சொல்லும் தரவுகள்.

முனைவர் பட்டத்துக்கான ஆய்வுத் தலைப்புகளைப் பாருங்கள். பெரும்பாலானவை அந்தப் புலத்தில் உளுத்துப்போனவை என்று ஒதுக்கப்பட்ட கோட்பாடுகளின் அடிப்படையில் வரையப்பட்டிருக்கும். ஆய்வுத் தலைப்பு, "யமுனா - ஓர் உளவியல் ஆய்வு" என்று இருக்கும். "அவர் ஒரு கற்பனைப் பாத்திரம். அது கதை; நோயாளியின் பரிசோதனை அறிக்கை அல்ல. நீங்களும் உளவியல் பயிற்சி பெற்றவர் இல்லை" என்று அந்த மாணவரிடம் சொல்லிப்பாருங்கள். இப்படியான நூறு ஆய்வேடுகள் பாராட்டு பெற்றுள்ளன என்பார் மாணவர். மெஜாரிட்டி தத்துவம் கல்விப் புலத்துக்குப் பொருந்தாது என்றா அவரிடம் சொல்ல முடியும்?

வெட்கத்துக்கு ஆற்றாமல் பல சங்கதிகள் என் மனத்திலேயே தங்கிவிடுகின்றன. தன்னாட்சிக் கல்லூரிகள் அறிமுகமானபோது மதுரைத் தனியார் கல்லூரி ஆங்கிலப் பேராசிரியர் ஒருவர் அதற்குத் தகுந்த நாணயம் நம்மிடம் இல்லை என்று விருப்ப ஓய்வில் சென்று விட்டார். முனைவர் பட்டங்களை ஆய்வுத் திறனுக்காக மட்டுமே மாணவர்கள் பெறுவதில்லை. ஆனால், இந்தப் பட்டமே ஆசிரியர் தேர்வுக்கு அடிப்படைத் தகுதியாக நியமிக்கப்பட்டிருக்கும். அந்த நியமனம். உயர்கல்வியின் மேம்பாட்டுக்கு யு.ஜி.சி.யின் பல தனித் துவமான பங்களிப்புகளில் ஒன்று மட்டுமே!

அத்தைக்கு அத்தையான தீர்வுகளுக்கு மாணவர் தரப்பிலிருந்தும் எடுத்துக்காட்டு தர முடியும். ஆங்கிலத்தில் மாணவர் தேர்ச்சி விகிதம் குறைவு என்றால் அதற்கு என்ன தீர்வு? நாடகம் வேண்டாம், நாவல் வேண்டாம், உரைநடையில் நூல்கள் வேண்டாம், நீண்ட கவிதைகள் வேண்டாம், தேர்வுத் தாள்களையும் குறைப்போம் என்று தீர்வுகள் துவங்கின. தொப்பிக்குப் பொருந்த தலையை இப்படிக் குறைத்துக்கொண்டே சென்றாலும் ஆங்கிலம் மாணவர்களுக்குச் சென்று சேரவில்லை.

நான் தேர்வுத்தாள் மதிப்பீடு செய்தபோது ஒரு கல்லூரியின் முன்னூறு எண்ணிக்கையிலான மாணவர்கள் கேள்விகளையே

முன்னும்பின்னுமாகக் குலைத்து விடைத்தாளை நிரப்பியிருந் தார்கள். தேர்வு வாரியத் தலைவராக இருந்தபோது ஆங்கிலத்தில் தேர்வு பெறாத ஆயிரக்கணக்கான மாணவர்கள் பத்து ஆண்டு களாகவே மீண்டும்மீண்டும் தேர்வு எழுதுவதைப் பார்த்தேன். விக்கித்துப்போய், இத்தனை மதிப்பெண் பெற்றிருந்தாலே தேர்ச்சி என்று அறிவிக்குமாறு வரம்புக்கும் குறைந்த மதிப்பெண் ஒன்றைத் தீர்மானமாகக் கொடுத்தேன். பல்கலைக்கழகத்துக்குப் பெரிய நிம்மதி. அதற்கு அடுத்த ஆண்டில் தேர்வு வாரியத் தலைமைப் பொறுப்பை ஏற்க எனக்கு மனம் வரவில்லை.

தங்களையே நம்பாத ஆசிரியர்கள்

ஆங்கிலத்தில் நாற்பது சதம் தேர்ச்சி என்பதே பெரிதாக இருந்ததே, இப்போது எழுபது சதத்திற்கு மேல் தேர்ச்சி என்பது சாதனையில்லையா என்று ஒரு ஆசிரியரைக் கேட்டேன். ''விடைத் தாள் மதிப்பிடும் ஆசிரியருக்கு ஆங்கிலம் தடுமாற்றம்; அவர் நமக்கு ஏன் வம்பு என்று தேர்ச்சிக்கான மதிப்பெண் வழங்கிவிடுவார்'' என்று பதில் வந்தது. நாங்கள் படிக்கும்போது உரைநடையில் ரஸல் (Bertrand Russell), நியூமன் (John Henry Newman) போன்றவர்களின் முழு நூலையும் படிக்க வேண்டும். ஆயிரம் வரிகளுக்குக் குறையாத நீண்ட கவிதை படிக்க வேண்டும். கட்டுரைத் தொகுப்பும் படிக்க வேண்டும். ஒரு முழு நாவல் படிக்க வேண்டும். குறைந்தது இரண்டு நாடகங்களாவது படிக்க வேண்டும். ஆங்கிலத்தைப் பொறுத்தவரை தலைமுறைக்குத் தலைமுறை மாணவர்களின் கற்கும் திறன் குறையும் என்று கல்வியாளர்கள் நினைக்கிறார்களோ? கல்வியாளர்கள் மாண வர்களை நம்பவில்லை; ஆசிரியர்களோ தங்களையே நம்பவில்லை!

இன்றைய உயர்கல்வியின் சமூகத் தாக்கம்பற்றி கொஞ்சம் விளக்க வேண்டும். நான் சிறுவனாக இருந்தபோது ஊரில் திருவிழா வந்தால் ராஜ வீதியில் நிறைய தரைக் கடை போடுவார்கள். பிச்சு வாக்களுக்கும், பெரிய மடக்கு கத்திகளுக்கும் கடைகள் இருக்கும். சங்க இலக்கியத்தில் வருவதுபோல் இந்தத் தற்காப்பு ஆயுதங்களுக்கு எண்ணெய் தடவி பத்திப் பத்தியாகப் பரப்பி வைப்பார்கள். குஜிலி இலக்கியங்களோடு மற்ற புத்தகங்களுக்கும் கடைகள் இருக்கும். திருக்குறளுக்குப் பரிமேலழகர் உரைகூட அங்கு வாங்கியிருக்கிறேன். புல்லாங்குழல், முகர்சிங் முதலியவற்றுக்கும் கடைகள் இருந்தன. இப்போது இசைக் கருவிகளுக்கும், புத்தகங்களுக்கும் திருவிழா

கடைகள் வருவதில்லை. அதற்கு நாம் வருந்த வேண்டாம். கத்திகளுக்கும் கடை வருவதில்லை. ஆனால், அது ஒரு ஆறுதல் இல்லை.

கத்திகளுக்குக் கடை இருந்தபோது திரைப் படங்களில் வெட்டு, குத்து, கொலைக் காட்சியெல்லாம் இருக்காது. அப்படியே இருந்தாலும் கண்ணுக்கு முன்னால் காட்சிப்படுத்தாமல், நளினத்தோடு அவற்றை நம் ஊகத்துக்கு விட்டுவிடுவார்கள். இன்றைய திரைப் படங்களில் வன்முறைக் காட்சிகள் குரூர யதார்த்தத்தோடு அடுக்கடுக்காக வருகின்றன. திரைப் படங்களுக்கு இதை எப்படி இன்னும் தத்ரூபமாகக் காட்சிப்படுத்தலாம் என்பதில் போட்டி. யதார்த்தக் கலைப் படைப்புக்கும் இவற்றுக்கும் தொடர்பில்லை. ஏனைய வக்கிரங்களுக்குத் தீனிபோடுபவை போலத்தான் இவையும். ஆளுக்கு ஆள் சூரிக்கத்திகளை அவசரத்துக்கு வேண்டியிருக்குமே என்று மடியில் கட்டிக்கொண்டு போனபோது வன்முறையை விஸ்தாரமான காட்சியாகக் காண்பதில் இல்லாத ருசி இப்போது எப்படி வந்தது? இத்தனை பள்ளிகளையும், இத்தனைக் கல்லூரிகளையும் மீறி இந்த ரசனை தழைக்கிறது.

இது போன்ற இடங்களிலும்தான் நாம் இலக்கியத்தையும், சமூக அறிவியல் துறைகளையும்பற்றி அக்கறைகாட்ட வேண்டியுள்ளது. சங்க இலக்கியங்களை நாம் போற்றுவது அப்போதே இப்படியானவைகளை எழுத புலவர்கள் இருந்தார்களே என்ற வியப்பால் அல்ல. அவர்கள் எழுதியதை வாசிக்கச் சமுதாயம் ரசனை படைத்திருந்ததே என்பதற்காக. ரசிகச் சமுதாயம் இல்லாமலிருந்திருந்தால் அந்த இலக்கியப் படைப்பு நடந்திருக்காது. இலக்கியமும், சமூக அறிவியலும் நாமே நம்மிடமிருந்து விலகி, நம்மை விமர்சிக்கக் கற்பிக்கும் பாடங்கள்.

பாண்டித்திய மரபு, பேராசிரியர்களுக்குச் சுதந்திரம் பற்றிப் பேசினால், இதெல்லாம் கவைக்கு உதவாத பழைய லட்சிய வாதங்கள் என்று நீங்கள் கூறலாம். பல்கலைக்கழகங்களும் வரலாற்றில் இடைக்காலத்தவைதான்; நவீன காலத்தவை அல்ல. பாண்டித்தியம் மட்டுமல்ல, உண்மை, நீதி முதலானவையும் புராதனங்கள்தான்.

('அருஞ்சொல்' மின்னிதழ், 03.02.2022.
சில விளக்கங்கள், திருத்தங்களுடன்.)

3. தன்னாட்சியை இழக்கும் பல்கலைக்கழகங்கள்

நம் பல்கலைக்கழகங்களின் துணை வேந்தர்களோடு அண்மையில் உயர்கல்வித் துறை அமைச்சர் ஆலோசனைக் கூட்டம் ஒன்று நடத்தினார். எல்லா பல்கலைக்கழகங்களிலும் கல்லூரிகளிலும் தமிழ், ஆங்கில மொழிப் பாடங்கள் ஒரே மாதிரியாக இருக்க வேண்டும் என்று கூட்டத்தில் துணை வேந்தர்கள் ஆலோசனை பெற்றார்கள். ஒவ்வொரு மொழிக்கும் மாநில அளவிலான ஒரு குழு பாடத் திட்டத்தை வகுத்துத் தரும். பல்கலைக்கழகங்கள் அந்தப் பாடத் திட்டத்தை அப்படியே பயிற்றுவிக்க வேண்டும். அறிவியல் போன்ற இதர பாடங்களுக்கு வகுக்கப்படும் பாடத் திட்டங்களை முக்கால் பங்கு அவற்றில் உள்ளவாறும். தேவைப்பட்டால் கால் பங்கு மாற்றங்களைச் செய்தும் பயிற்றுவிக்கலாம்.

அறிவுக் கலாச்சாரம்

இதைப் பார்த்ததும் பல்கலைக்கழகங்களின் தன்னாட்சியும் கல்விப் புலச் சுதந்திரமும் என்னவாயிற்று என்று கேட்கத் தோன்றியது. உயர்கல்வியின் முன்னேற்றத்திற்குத் தன்னாட்சி பரவலாவதுதான் வழி என்ற சிந்தனையில் கல்லூரிகளுக்கே தன்னாட்சி வழங்கிவந்ததும் இன்றைய கட்டத்தில் நகை முரணாகத் தொனித்தது.

முக்கால் நூற்றாண்டுக்கு முன் வெளி அமைப்பு ஒன்று—அது ஜனநாயகத் தேர்தல் வழி வந்த அரசு என்றாலும்—பல்கலைக்கழகத்திற்கு எந்த நூல்களைப் பயிற்றுவிக்கவேண்டும் என்று உத்தரவிட்டிருக்குமானால் அன்றைக்கு இருந்த இரண்டு பல்கலைக்கழகங்களும் சீற்றமடைந்திருக்கக்கூடும். அதை நாம் இப்போது எதிர்பார்க்க முடியுமா? அன்றைய அரசு இப்படி ஒன்றைச் செய்ய முனைந்திருக்காது என்பதையும் நியாயமாக நாம் இங்கே சொல்லவேண்டும்.

மாணவர்கள் எதைப் படிக்க வேண்டும் என்று முடிவுசெய்யும் பல்கலைக்கழகத்தின் உரிமைகளையும் நிர்வாக அரசின் அதிகாரத் தையும் எதிரெதிராக வைத்துப் பேசும் குறுகிய விவாதக் களத்தில் நின்றுகொண்டு நான் இதைச் சொல்லவில்லை. அரசாங்கம் வேண்டு மானால் அப்படி ஒரு களத்தில் நிலைகொண்டிருக்கலாம். ஐரோப்பிய அறிவுக் கலாச்சாரத்தின் மேன்மைக்கு அங்கிருந்த பல்கலைக்கழகங்களின் மூர்க்கமான சுதந்திரப் பற்று காரணம் என்பதை நீங்கள் ஏற்பீர்கள். மனித நாகரிக வரலாற்றில் பல்கலைக் கழகங்களின் சுதந்திரப் பற்றுக்கு முக்கியமான இடம் உண்டு. அந்த வகையில் அறிவுக் கலாச்சாரத்தில் அக்கறை உள்ளவர்கள் தமிழக அரசின் இன்றைய முடிவுக்குக் கவலைப்படுவார்கள்.

சுதந்திரம் கால் பங்கு

மொழிப் பாடங்களுக்கு இல்லாத சுதந்திரத்தில் கால் பங்காவது அறிவியல், சமூகவியல் பாடங்களுக்கு அனுமதிக்கப்படுகிறது என்பது ஆறுதல் அல்ல. இந்தப் பாடங்களின் கருத்தாக்கங்கள், கோட்பாடுகள், சூத்திரங்கள், விளக்கங்கள் எல்லாம் உலகம் முழுமைக்கும் ஒரே மாதிரியானவை. குறிப்பிட்ட நூல் என்று இல்லாமல் தெளிவாக இருக்கும் எந்த நூலும் இதற்குப் பயனுள்ளதுதான். அரசு அனுமதிக்கும் கால் பங்குச் சுதந்திரத்தைக்கொண்டு பல்கலைக்கழகங்கள் இவற்றைப் பொறுத்தவரை தங்களுக்குள் உருவாக்கிக்கொள்ளும் வேறுபாடுகள் பெரிதாக இருக்க முடியாது.

மொழிப்பாடங்களின் நிலைமை வேறு. அவை குறிப்பிட்ட நூல்கள் என்ற பனுவல்களின் அடிப்படையிலானவை. சொல்லுக்குச் சொல், தொடருக்குத் தொடர், வாக்கியத்துக்கு வாக்கியம் பொருள் இழைத்துக் காட்டவேண்டியவை. கற்பதன் இலக்கு மொழிப் பயிற்சியும் இலக்கிய ரசனையும், மனித வாழ்வின் நுட்பமான அனுபவங்களும். கல்லூரிக்குக் கல்லூரி இதற்கான பாடநூல்கள் வேறுபடலாம்; நியாயமாக அவை வேறுபட வேண்டும். ஆசிரியர்கள் சொல்லும் விளக்கங்களும் வேறுபடலாம், மாணவர்களின் புரிதலும் வெவ்வேறாகலாம். மாணவர்கள் திறன் ஒரு தரத்தை எட்டியதா என்பதுதான் நாம் சோதிக்க வேண்டியது. பாடத்தின் இந்தத் தன்மை வேறுபாடு காரணமாகப் பல்கலைக்கழகங்களுக்கு மொழிப் பாடங்களைத் தேர்ந்துகொள்வதில் முழுச் சுதந்திரம் அவசியமாகிறது. ஆனால், இங்கேதான் அந்தச் சுதந்திரம் இப்போது முற்றாக மறுக்கப் படுகிறது.

வெகுளியின் புரிதல்

எல்லா பல்கலைக்கழகங்களிலும் கல்லூரிகளிலும் ஒரே மொழிப் பாடம் என்பது மொழிப் பாடத்தின் தன்மை வேறுபாட்டினைப் புரிந்துகொள்ளாமையின் விளைவு என்றே நாம் வெகுளியாக வைத்துக்கொள்வோம். ‘இந்த நாவல்களை, நாடகங்களை, கட்டுரைகளை, கவிதைகளைத் தவிர வேறெதுவும் பாடமாக இருக்கக் கூடாது’ என்பதுதான் நிலைமை என்றால் இன்னொரு ஊகமும் சாத்தியம். குறிப்பிட்ட சித்தாந்த நிலைப்பாட்டிற்குப் பல்கலைக் கழகங்களைப் பிரச்சாரக் களங்களாக்கும் ஆர்வமுள்ளவர்கள் அப்படிச் செய்வார்கள் என்றும் ஊகிக்கலாம். நம் உயர் கல்வித் துறை இந்த வகையிலான அரசியல் முனைப்பு உள்ளதென்று நான் நம்பவில்லை!

தமிழகம் முழுமைக்கும் ஒரே மொழிப் பாடம் என்பது கல்விப் புலச் சிந்தனை என்ற அளவில் சிக்கலானது. ஒரு தலைமுறையின் உணர்வுகளை, ரசனையை வளப்படுத்த வல்லது என்று சில நூல் களை மட்டும் அடையாளப்படுத்துவது கல்விப்புலம் செய்யும் ஒன்றல்ல. இலக்கியம் என்றால் இவைதான் என்று காலம் காலமாகக் கட்டமைக்கப்பட்ட நூல் வரிசைகளை (canon) குலைத்துக் காட்டு வதுதான் பல்கலைக்கழகங்களின் பணி. ஒரு அந்தஸ்து நூல் வரிசை நிலைபெற்றிருக்கும். அதற்குப் பதிலாக இன்னொரு அந்தஸ்து வரிசையை உருவாக்குவது கல்வியல்ல. கல்லூரிகளும், பல்கலைக் கழகங்களும் வெவ்வேறு மொழிப்பாடங்களைத் தேர்வு செய்தன. அந்த சுதந்திரம் இப்படி அந்தஸ்து நூல் வரிசை ஒன்று உருவாகி மற்ற நூல்களை வெளியே நிறுத்தாமலும், ஏற்கனவே உருவான வரிசைகள் அப்படியே தங்கிப்போகாமலும் கவனித்துக்கொண்டது. இது தொடர்ந்து நடக்கும் மறைமுக இலக்கியத் திறனாய்வு.

பல்கலைக்கழகங்களுக்குப் பதிலி

பல்கலைக்கழகங்களின் பாடங்களை முடிவு செய்யும் அதிகாரம் புற அமைப்புகளுக்கு ஏது? பல்கலைக்கழகங்கள் அப்போதைக்கு அப்போது வரும் நிர்வாக அரசின் அதிகார வீச்சுக்கு அப்பால், அதனதன் சட்டங்கள் பாதுகாக்கும் சுதந்திர வெளியில் வைக்கப்பட்டவை. உயர்கல்வி கவுன்சில் என்பது பல்கலைக்கழகங்களின் திட்டங்களை ஒருங்கிணைப்பது மட்டுமே. பல்கலைக்கழகங்களின் இடத்தில், பாடங்களைத் தீர்மானிக்கும் பல்கலைக்கழகக் கல்விக் குழுக்களின்

இடத்தில், பதிலியாக அமர்ந்து அவற்றின் வேலையைத் தானே செய்யும் அதிகாரம் பெற்றதல்ல. அரசு அமைக்கும் குழுவும் பல்கலைக்கழகங்களுக்குப் பதிலியாக முடியாது. பாடங்களைத் தேர்வு செய்வது பயிற்றுவிக்கும் பணியின் மையம். அந்த உரிமையைப் பறித்து, ஆசிரியர்களை ஏன் முடக்க வேண்டும்?

மொழிப்பாடம் பற்றிய உயர்கல்வித் துறையின் முடிவு பல்கலைக் கழகம், தன்னாட்சிக் கல்லூரி என்ற கருத்தாக்கங்களில் அரசுக்கு நம்பிக்கை இல்லை என்பதன் அடையாளம். அரசுக்கு அந்த நம்பிக்கை இல்லை என்றால் நிலைமையை அரசு நேர்மையாக எதிர்கொள்ளும் வழி என்ன? பல்கலைக்கழகங்கள், தன்னாட்சிக் கல்லூரிகளின் இடத்தில், அரசாங்கம் தானே அமர்ந்துகொள்வதுதான் வழியாகுமா? பல்கலைக்கழகம் புராதனமாகிப்போன கருத்தாக்கம் என்று அரசு கருதுமானால் தன் நூதன சிந்தனையின் இன்றைய புது வெளிச் சத்தில் அதை மறுகட்டமைப்புச் செய்வதுதானே நல்ல வழி! மாறாக, அரசு இப்போது உத்தேசித்திருப்பதுபோல் செய்தால் அது தன்னையே பல்கலைக்கழகமாக வைத்துக்கொள்வதுதான்.

(இந்து தமிழ் திசை, 13.06.2023.
தலைப்பு: 'தன்னாட்சியை இழக்கும்
பல்கலைக்கழகங்கள்: தவறு யாரிடம்?')

4. ஓர் ஆங்கில ஆசிரியரின் ஒப்புதல் வாக்குமூலம்

தனித்துத் தெரியும் கல்விக் கொள்கை ஒன்றைத் தமிழ் நாட்டுக்கு உருவாக்கிக்கொள்ளத் தமிழக அரசு முனைந்திருக்கிறது. இந்தக் கொள்கையை ஓர் உயர்நிலைக் குழு வகுத்துத் தரும். தேசிய கல்விக் கொள்கைக்கு மாற்றுக் கொள்கையாகும் 'தனிக்' கொள்கை என்று இதனை நாம் அர்த்தப்படுத்தலாம்.

எந்த அளவுக்கு, எந்த வகையில் இந்தக் கல்விக் கொள்கை தேசிய கல்விக் கொள்கைக்கு மாற்றாக அமையும் என்பது உயர்மட்டக் குழு தன் அறிக்கையை அளித்து, அரசால் அது ஏற்கப்படும்போது தெரியும். இப்படிச் சொல்வதற்கு ஒரு காரணம் உண்டு.

தமிழகக் குழுவின் பரிசீலனைக்கு உரியவையாக அரசு குறிப்பிடும் எல்லாமே தேசிய கல்விக் கொள்கையும் பரிசீலித்தவைதான். எடுத்துக் காட்டாக சமூகநீதி, சமத்துவம், எல்லோருக்குமான கல்வி, கல்வியின் தரம், மொழிப் பயிற்சியின் முக்கியத்துவம், தேர்வுச் சீர்திருத்தம், ஆய்வுகளின் தரம், ஆசிரியர் தேர்வு, அவர்களின் பயிற்சி போன்றவை இரண்டு குழுக்களுக்கும் பொதுவாக அமைந்தவை.

தமிழக அரசு விரும்புவது போலவே, மாநிலத்தின் வரலாற்றுப் பாரம்பரியம் மாநிலக் கல்விக் கொள்கையின் அமைப்புக்குப் பங் களிப்புச் செய்யும் வாய்ப்பு அதிகம். தமிழகக் குழு இந்த வரலாற்றுப் பாரம்பரியத்தைத் தன் பரிசீலனைகளின் ஒரே அடிப்படையாகக் கொள்ளும் அணுகுமுறையைக்கூட கடைப்பிடிக்கலாம். அதற்கு முன்னதாக வரலாற்றுப் பாரம்பரியம் என்ன என்பதை அது தனக்குத் தானே வரையறுத்துக்கொள்ள வேண்டியிருக்கும்.

இன்றைய நிலையில் நமக்குத் தெளிவாகத் தெரிவது ஒன்று மட்டுமே: மாநில சுயாட்சி என்ற அரசியல் நிலைப்பாட்டின் எல்லா அம்சங்களையும் முற்றாக விரித்துப் பார்த்துவிடுவது என்பது தமிழக

அரசின் தீர்மானம். கல்வியைப் பொறுத்தவரை இந்த முயற்சியானது தமிழகத்தை இந்திய தேசத்தில் தனித்துக் காட்டுவதோடு தான் ஒரு அங்கமாக இருக்கும் திராவிடப் பகுதியிலிருந்தும் வேறுபடுத்திக் காட்டும்.

தமிழகக் குழு பரிசீலிக்க வேண்டியிருப்பவற்றுள் மாணவர்களின் 'மொழித் திறன்களும்' ஒன்று. கல்லூரி, பல்கலைக்கழகம் இரண் டிலும் மொத்தத்தில் நாற்பத்தைந்து ஆண்டுகளுக்கு மேலாக நான் ஆங்கில ஆசிரியனாக இருந்ததால் நம் மொழிப் பயிற்சிபற்றி சில வற்றைச் சொல்ல விரும்புகிறேன்.

பாடநூல் மரபு

சொல்ல வருவதன் சாரத்தை இங்கேயே சொல்ல வேண்டுமானால் அதை இப்படிச் சொல்வேன்: கற்பித்தேன் என்ற மனநிறைவும் எனக்கு வந்ததில்லை, கற்க வந்ததன் பயனைப் பெற்றோம் என்ற நினை வோடும் என் மாணவர்கள் சென்றதாகத் தெரியவில்லை. இரு தரப்பாரும் யாருக்காக இப்படி வாழ்ந்து கழித்தோம் என்று நீங்கள் தான் தெரிந்து சொல்ல வேண்டும். நம் பள்ளிகளிலும், கல்லூரிகளிலும் அரை நூற்றாண்டு நிலவரம் ஆங்கிலத்தைப் பொறுத்தவரை இதுதான்.

நான் மாணவனாயிருந்த பல்கலைக்கழகத்தின் துணைவேந்தர் எஸ்.பி. ஆதிநாராயண் (S.P.Adinarayan), ''வாழ்க்கைத் துயரை நாம் ஒருவருக்கொருவர் தணித்துக்கொள்ள முயற்சிப்போம்'' என்று சொல்வார் (Let us try to make life less miserable for each other). அவர் தத்துவப் பேராசிரியர். மனித வாழ்க்கையைச் சரியாகத்தான் புரிந்துவைத்திருந்தார். அவர் சொல்வதுபோல் முயற்சிப்பவர்கள் இருந்தால் அவர்களுள் நிச்சயம் ஆங்கில ஆசிரியர்களும் அவர்களின் மாணவர்களும் இருக்க இயலாது. இப்படி ஒரு முயற்சியின் அசாத் தியத்தை இந்த இரு தரப்பாரும் உலகுக்கு ருசுப்பித்துக் காட்டி யதைப்போல் வேறு யாரும் செய்திருக்கவும் முடியாது!

நாவல், சிறுகதை, கவிதை, நாடகம் போன்ற பாடங்களின் வரிகளை அடிப்படையாகக் கொண்டது ஆங்கில வகுப்பு. வரிக்கு வரி, சொல்லுக்குச் சொல், நிறுத்தக் குறிகளையும் சேர்த்து, பாடங்களை வாசித்துப் பொருள் சொல்ல வேண்டும். வாசிப்பதைப் பார்த்துப் பின்பற்ற மாணவர்கள் கையில் பாடநூல் இருக்காது. பாடநூல் வைத்திருக்கும் மாணவர்களோடு அவர்கள் அமர்ந்து பகிர்ந்து

கொள்ளச் சொல்வோம்; பலன் இருக்காது. இந்தத் தொந்தரவு வேண்டாம் என்று கரும்பலகையில் (கரும்பலகையில் வெள்ளையில் மட்டுமே எழுதிய நிற வறட்சிக் காலம் அது) பாடப்பகுதிகளை எழுதிப்போடுவோம்; அதுவும் பலிக்காது. எதையும் வாசிக்காமல், செய்யக் கூடாததைச் செய்யும் குற்ற உணர்வோடு, பாடத்தின் சுருக்கத்தை உரக்கச்சொல்லி, ''எழுதிக்கொள்ளுங்கள்'' என்போம். அப்போதும் நான் சொல்வதைக் காதால் கேட்டு எழுத மாட்டார்கள். பக்கத்தில் இருக்கும் மாணவரின் நோட்டைக் கண்ணால் பார்த்து அப்படியே படியெடுப்பார்கள். படம் பார்த்துப் படம் போடுவது; எழுத்து எந்தக் கட்டத்திலும் ஒலியாகப் பெயர்ப்பாகாது.

இதற்கும் கல்விக் கொள்கை போன்ற பெரிய அளவிலான வற்றுக்கும் என்ன தொடர்பு என்று கேட்க வேண்டாம். நான் சொல்வது கற்பிக்கும், கற்கும் முறையைப் பற்றியதோ, வகுப்பறை ஒழுங்கு பற்றியதோ அல்ல. மொழிக் கல்வியில் (இதை 'மொழிப் பயிற்சி', 'மொழித்திறன்' என்று அரிச்சுவடி மட்டத்திலேயே வைத்துக் கொள்வதை நான் ஏற்க மாட்டேன்) பாடத்துக்கும்/பனுவலுக்கும் உள்ள மையமான இடத்தை அறியாத கல்விமுறை பற்றியது.

உண்மையைச் சொல்லவதென்றால், நம் அண்மைக் கால கல்விக் கலாச்சாரத்தில் பாடம் என்ற பனுவலுக்கான இடம் பொதுவாகவே மிகவும் குறுகிவிட்டது. பாடநூல் எழுதும் கல்வி மரபும் கிட்டத் தட்ட மறைந்துவிட்டது. மொழிபெயர்ப்பு என்றால் அது காட்ஃபட் (J.C. Catford), இந்திய வரலாற்றுக்கு சத்யநாத ஐயர், தாவரவியலுக்கு தத்தா (A.C. Dutta), விலங்கியலுக்கு ஏகாம்பரநாத ஐயர் என்று பாட நூல்கள் அப்போது இருந்தன. பாடத்துக்கான இடமும் பாடநூல் ஆக்கும் மரபும் தொலைந்து போனதை முதல் குறையாகச் சொல்ல வேண்டும். நம் கல்விக் கலாச்சாரம் இந்த மரபை வளர்த்துப் பெருக்கிக் கொள்ளவில்லை.

ஒலியாக உருமாறும் எழுத்திலிருந்து அந்த எழுத்தை மீட்டுக் கொள்ள இயலாமையை இரண்டாவதாகச் சொல்லலாம். இது, அச்சடித்த எழுத்து, ஒலியை நகர்த்திவிட்டு, தானே எல்லாமாகிப் போன முறையைப்பற்றியது. கண்ணுக்குத்தான் ஆங்கிலம்; காதுக்கு அல்ல என்ற மனப்போக்கைப்பற்றியது. படிப்பது என்பது எழுத்து வரிசை மீது கண்ணை ஓட்டுவது என்று மாறியதைப் பற்றியது. பொருத்தமில்லாத பெரிய ஆகிருதி ஒன்று எழுத்துக்கு வந்து அதுவே கற்றலின் இடத்தை ஆக்கிரமித்துக்கொள்வதைப் பற்றியது.

எதிரியே இல்லாமல் ஒரு சதி

படித்து விளக்கியது போதும் என்று வெறுத்து நான் சில குறிப்புகளைச் சொல்கிறேன். மாணவர்கள் அதை எழுதிக்கொள் கிறார்கள். குறிப்புகளில் பாடத்தில் இருக்கும் நகைச்சுவை வராது, சோகம் வராது, கோபம் வராது. 'அவர் சிரித்தார்', 'அவர் அழுதார்', 'அவர் ஆத்திரப்பட்டார்' என்ற வெற்று விவரிப்புத்தான் வரும். இப்படியாகவே பாடத்தின் அத்தனை ரசக் கூறுகளும் ஒழிந்த கழுநீரை ஆண்டுக் கணக்கில் கடத்திக்கொண்டிருக்கிறேன். வகுப்பி லிருந்து வெளியேறும் போதும், ஒவ்வொரு ஆண்டு முடிவிலும், பணியிலிருந்து ஓய்வு பெற்றபோதும், எதிரியே இல்லாத இடத்தில் நானும் மாணவர்களும் சேர்ந்து சதி செய்துகொண்டிருந்ததாகத் தான் உணர்ந்தேன். எங்களோடு பல்கலைக்கழகங்களும் சேர்ந்து கொண்டன. எதிரி என்று எதையும் கற்பிதம் செய்ய முடியாத இடத்தில் எங்களுக்கு எப்படித்தான் இவ்வளவு கச்சிதமாகச் சதி செய்ய முடிந்ததோ!

மொழி நம் கலாச்சார இருப்பு என்றா சொல்கிறீர்கள்? அந்த நினைப்புத்தான் பொது எதிரி. கலாச்சாரம் சம்பளம் போடுமா? எல்லோருக்கும் பிறந்திருந்த இப்படியொரு புதிய ஞானத்தில் கலாச் சாரச் சங்கதிகளையெல்லாம் கழித்து, மொழியைத் தகவல் பரிமாற்றச் சாதனமாக்கிக்கொண்டோம்.

"அழகாகச் சொல்லி இருக்கிறது, பாருங்கள்" என்று விளக்க வேண்டாம். தகவல் என்று ஏதாவது இருந்தால் அதுதான் பாடம் என்று ஆனது. கற்பவர்களும் தகவல்களைத்தான் எதிர்பார்த்து வகுப்புக்கு வந்தார்கள். அதாவது, இல்லாததை, தகவல் என்றாலும் தகவலாகவே நிலைக்கக் கூடாததை, இலக்கியத்தில் தேடித்தேடிக் கண்டுகொண்டிருந்தோம்; ஆய்வேடுகளில் துருவித்துருவிக் கொட்டிக் கொண்டிருந்தோம். இலக்கியமாகப் பரிணாமம் பெற்ற வெறும் தகவல்களை மறுபடியும் அதன் கச்சா நிலைக்கே திருப்பும் வெற்றிக் களிப்பில் மாய்ந்துபோனோம்.

இலக்கியத்தையும் மொழியையும் பிசிரில்லாமல் பிரித்துக் கொள்ளும் தந்திரம்கூட எங்களுக்குக் கிட்டியிருந்தது. கலாச்சாரத்தி லிருந்தும் இலக்கியத்திலிருந்தும், 'சீச்சீ, இந்தப் பழம் புளிக்கும்' என்று நாங்கள் விலகவில்லை. 'புளிப்போ, இனிப்போ, ருசியில் என்ன

இருக்கிறது?' என்று அதைவிட ஒரு ஆழமான அவநம்பிக்கையில் முகத்தைத் திருப்பிக்கொண்டோம். இப்படி ஒரு அவநம்பிக்கை, கலாச்சரம்பற்றிய எதிர்மறை உணர்வு, எங்களுக்குப் பிறந்திருக்கிறது என்பதுகூட மரத்துப்போனது. அதைப்பற்றி விசாரணை செய்யும் சுரத்தும் இல்லை. இந்த வகைச் சுரத்துக்கும் கலாச்சாரம்தானே ஆதாரம்! பிறகு எப்படி அந்தச் சுரத்தை நாம் எதிர்பார்க்கலாம்?

மொழித் திட்டம்

ஆங்கிலம் கற்கவேண்டிய மொழியல்ல; அதற்கு இடமாகவோ, வலமாகவோ நாம் ஒதுங்கிக்கொண்டு தேர்வில் சமாளிக்கவேண்டிய மொழி அது. தவிர்க்க இயலாது என்றால் தழுவிக்கொள்ளத்தான் வேண்டுமா என்ன? ஆக, கல்லூரிகளில், பள்ளிகளில் ஒரு மொழித் திட்டம் நடைமுறையில் இருந்தது (மொழிக் கொள்கை என்பது வேறு). அவரவர்களுக்கு இயன்ற வகையில் இந்த மொழித் திட்டத்தை நடைமுறைப்படுத்தினோம்.

கணிதம் கற்பவருக்குக் கூட்டல், கழித்தல், பெருக்கல், வகுத்தல் வருமா என்று அப்போதைக்கு அப்போது சோதிப்பது உண்டு. ஆங்கிலம் கற்பவருக்கு எழுத வருமா என்று சோதிக்க ஒவ்வொரு வார இறுதியிலும் கட்டுரை எழுதவேண்டும். அந்த வழக்கம் நின்றுவிட்டது. கற்பிக்கும் முறை மாறிவிட்டதே என்று நாம் வருந்த வேண்டாம். நான் மேலே குறிப்பிட்ட மொழித் திட்டத்தின் பகுதியாக அது நின்றுபோனதற்குத்தான் வருந்த வேண்டும். அதன் நீக்கல் அந்த மொழித் திட்டத்தின் ஒரு பகுதி. பிரக்ஞையில் உறைக்காமல் எல்லா மட்டத்திலும் மும்முரமாகச் செயல்பட்ட இந்த மொழித் திட்டம் இன்னும் என்னவெல்லாம் செய்தது என்பது ஆய்வுக்கு உரியது!

தரவுகள் இல்லாமல் பொத்தாம் பொதுவாகச் சொல்லக் கூடாது என்பதற்காக ஒன்றை இங்கே குறிப்பிடவேண்டும். பாரதிதாசன் பல்கலைக்கழகத்தில் பட்டப்படிப்பு மாணவர்கள் ஒரு ஆய்வேடு சமர்ப்பிக்கும் முறை இருந்தது. சில மாணவர்களாவது இதில் சிறப்பாகப் பங்கேற்றார்கள். இரண்டு நகரங்களில் உள்ள கடைகளின் பெயர்ப்பலகைகளில் ஆங்கிலமும் தமிழும் எப்படி மொழிபெயர்ப்பாகி இருக்கிறது என்று பார்க்கும் தலைப்புக் கொடுத்திருந்தேன். இன்னொரு குழுவுக்குப் பள்ளிகளில் மாணவர்கள் ஆங்கிலத்தை எப்படி உச்சரிக்கிறார்கள் என்று காணும் தலைப்புக்

கொடுத்தேன். அற்புதமாகச் செய்திருந்தார்கள். ஆனால், இந்த ஆய்வு முறைக் கற்பித்தலை விரைவிலேயே ஒழித்துவிட்டார்கள். தேர்வில் தேர்ச்சி போதாதா ஆங்கிலத்துக்கு? அதற்குமேல் அது எதைக் கேட்கிறது?

மொழியும் கலாச்சாரமும்

ஆங்கில மொழியையும் கலாச்சாரத்தையும் இணைத்துப் பேசுவதை நான் கொஞ்சம் விளக்க வேண்டும். ஆங்கில ஆசிரியனாக நான் எதிர்கொண்ட முதல் பிரச்சினை மாணவர்களுக்கு நகைச்சுவைப் பகுதிகளை விளக்குவது அவ்வளவு எளிதல்ல என்பதுதான். பாடங்கள் பலவற்றில் மெலிதாக முறுவலிக்கலாம், விழுந்துவிழுந்து சிரிக்கலாம், அமர்த்தலாகச் சிரித்து நகரலாம்; எள்ளலை, நகை முரணை அங்கங்கே கண்டு ரசிக்கலாம். முற்றிலும் பகடியாக இருப்பதை முன்னும்பின்னும் சேர்த்துப் பார்த்து மீண்டும் மீண்டும் ரசிக்கலாம். இந்த நேரங்களில் மாணவர்களைச் சிரிக்கவைக்க முயன்று தோற்றுப்போனேன். நம் சமுதாயத்தின் நகைச்சுவை உணர்வின் மீதே எனக்கு ஐயம் வந்துவிட்டது. அப்போதிருந்த ஆரம்ப கால ஆர்வத்தில், இதற்கும் கொஞ்சம் மேலே சென்று, ஆங்கில வகை நகை உணர்வு பற்றிப் பேசி, பிறகு என்னையே நொந்துகொண்டேன். நமக்கு நகையுணர்வு இருக்கிறது. ஆனால், நம்மைப் பார்த்தே சிரித்துக்கொளும் சுய எள்ளல் கொஞ்சம் குறைவு தான்.

இதை எல்லாம் என் அபிப்பிராயம் என்று ஒதுக்கிவிட வேண்டாம். அப்போது ஒரு நகைச்சுவையான பாடம் இருந்தது. ‘‘உங்கள் பள்ளியில் எனக்கு எதையும் கற்றுத்தரவில்லை. எனக்கு எதுவுமே தெரியவில்லை. நான் செலுத்திய கல்விக் கட்டணத்தைத் திருப்பித் தாருங்கள்’’ என்று தான் படித்த பள்ளிக்கு வந்து ஒரு மாணவர் முறையிடுவார். ‘‘வேண்டுமானால் எனக்கு பரிட்சை வைத்துச் சோதியுங்கள்’’ என்று அடம்பிடிப்பார். நான் பார்த்தேன் என்று நிரூபிக்கலாம்; பார்க்கவில்லை என்பதை எப்படி நிரூபிப்பது? ஆனாலும், இந்த தர்க்க விசித்திரத்துக்குள் அந்த ஆசிரியர்கள் இறங்கி, அவரிடம் பல கேள்விகளைக் கேட்டு, அவர் வேண்டுமென்றே

தவறாகக் கூறும் விடைகளை எல்லாம் மேதைமையின் நுட்பம் என்று சாமர்த்தியமாக விளக்கிக் காட்டுவார்கள். சூழ்நிலையின் நகைச் சுவையை என்னால் மாணவர்களுக்குப் புரியும்படி விளக்க இயல வில்லை. இந்த முதற்கட்டத்தைத் தாண்டி நகரவே முடியவில்லை. நான் விளக்க, விளக்க நகைச்சுவை தேய்ந்துகொண்டேபோயிற்று; துலங்கவில்லை.

இலக்கணமெல்லாம் கடினமல்ல

இப்படியான நகைச்சுவைப் பகுதிகள்தான் ஆங்கில வகுப்புகளில் சவாலாக இருந்தன. கீழ் வகுப்பின் மொழிப் பாடங்களில் கலாச்சார அம்சங்களுக்கு உரிய இடம் தராததுதான் இதற்குக் காரணம் என்று சொல்ல வேண்டும். மொழிக் கல்வியின் கலாச்சார நோக்கத்தை விளங்கிக் கொள்ளாமல் இருப்பதால் வரும் விளைவு. ஆங்கிலத்தை என்னவாக நினைத்து அணுகுகிறோம் என்பதில் உள்ள குறை. பொதுவாக மொழியை நம் சமுதாயம் எப்படிப் பார்க்கப் பழகி யிருக்கிறது என்பதன் போதாமை.

நான் சொல்வது பாடங்களை, பாடத் திட்டத்தைப்பற்றியது அல்ல. கல்விக் கொள்கையை வெறும் பாடங்களாக நினைத்துப் பேச இயலாது. பாடத் திட்டம் என்பது கல்விக் கொள்கையைத் தொடர்ந்து வரும் அடுத்த கீழ்நிலை. கல்விக் கொள்கையை எதைப் படிக்க வேண்டும் என்று நிர்ணயிக்கும் பாடத்திட்டம் என்பதாகக் குழப்பக் கூடாது. மாணவர் எப்படியான மனிதராக உருவாக வேண்டும் என்று சொல்வது கல்விக் கொள்கை. சிறந்த மனிதர்கள் இப்படித்தான் இருப்பார்கள் என்று காண்பது ஒரு கலாச்சார லட்சியம். மொழிக் கல்வியின் முதன்மைப் பயனாக இருக்கும் கலாச் சார நுட்பங்களை ஒதுக்கி ஒரு கல்விக்கொள்கை இருக்க இயலாது.

'மொழித்திறன்', 'மொழிப்பயிற்சி' என்று பேசும்போது நாம் எதைக் குறித்துப் பேசுகிறோம் என்ற தெளிவு வேண்டும். ஒரு கருவியைப் பயன்படுத்தப் பயில்வதுபோல் மொழியைப் பயில முடியாது. நான் கருத்தை வெளிப்படுத்த மொழியைக் கருவியாகப் பயன்படுத்துகிறேன் என்பது சரியல்ல. மொழி அன்னியில் கருத்து பிறக்காது. நாம் எதை எதை எப்படிப் பார்க்கிறோம் என்பது நம்

மொழியால் நிர்ணயிக்கப்படுகிறது. மொழிப் பயிற்சி என்று பேசும் போது நாம் உண்மையில் ஒரு கலாச்சாரத்தைப் பற்றிப் பேசுகிறோம் என்பது நினைவில் இருக்க வேண்டும்.

பன்னிரண்டாம் வகுப்பு ஆங்கில நூலில் தேநீர் பற்றி ஆர்வெல் (George Orwell) எழுதிய கட்டுரை உள்ளது. அதில் வரும் சில வாக்கியங்களைத் தெரிந்த வகையில் மொழிபெயர்த்துக் கொடுத்துள்ளேன்: "தேநீரில் சர்க்கரையைப் போட்டு அதன் மணத்தைக் கெடுத்துவிடுவீர்கள் என்றால், எப்படி உங்களைத் தேநீரை உண்மை யாக நேசிப்பவராக நீங்கள் சொல்லிக்கொள்ள முடியும்? உப்பையோ மிளகையோ சேர்ப்பதுகூட இதே அளவுக்கு அறிவுக்குப் பொருத்த மானதாக இருக்கும். தேநீரை இனிக்கச் செய்தால் நீங்கள் தேநீரைச் சுவைக்கவில்லை; சர்க்கரையைத்தான் சுவைக்கிறீர்கள். சர்க்கரையை வெறும் வெந்நீரில் கரைத்து அப்படியே இதை ஒத்திருக்கும் பானத்தை உங்களால் தயாரிக்க முடியும்." இதில் ஒலிக்கும் குரல் உங்களுக்குக் கேட்டிருக்கும். மொழியில் இருக்கும் கலாச்சாரம் இதுவே. மாண வர்களுக்கு இது கேட்கச் செய்தால் அவர்கள் மனித உணர்வுகளின் நுட்பங்களுக்கு அறிமுகமாகிறார்கள். வாழ்க்கையைச் சகிக்க முடி வதற்கும் அதுதான் ஆதாரம். நான் தொனி என்ற அணி இலக்கனத் துக்கு எல்லாவற்றையும் சுருக்குகிறேன் என்று நினைக்கக் கூடாது.

மொழிபற்றிய நம் அணுகுமுறையையும், பாடநூலுக்குரிய இடத் தையும் பொதுவாக்கும்போது நான் தமிழ்ப் பாடங்களையும் பார்க்க வேண்டும். பன்னிரண்டாம் வகுப்புப் பாடநூலின் முகவுரையில் முதல் ஏழு வரிகளில் ஆறு உருவ வழக்குகள் தென்பட்டன. ஒரு கவிதையின் அறிமுகத்தில் ஆறு வரிகளில் மூன்று உயர் வழக்குகளைப் பார்த்தேன். நடை அழகு பற்றிய பாடம் ஒன்றில் தனக்குத்தானே ஆக்கிக்கொண்ட புதுச்சொற்களையும், வழக்கொழிந்த சொற்களையும் பார்த்தேன். இன்னொரு பாடத்தில் பேச்சு வழக்கும் உள்ளது.

நான் பாடநூலும், பாடங்களும் பயன்படுத்தும் மொழியைத் தான் குறிப்பிடுகிறேன். பாத்திரங்களின் உரையாடலை அல்ல. வினாக்களில் 'யாவை', 'தெரிக', 'வரா' போன்ற பண்டிதத் தமிழ். இவற்றைத் தவறு என்றோ, சரி என்றோ சொல்லவில்லை. பள்ளியில் எந்தத் தமிழைக் கற்பிக்க முயல்கிறோம்? அது ஏன் ஒரு நடையில் நிலைக்காமல் மேலும் கீழுமாகவே நகர்கிறது? உருவ வழக்கு

களையும், உயர்வழக்கு, இலக்கிய வழக்கை விட்டுவிட்டுத் தமிழ் எழுத இயலாது என்று தோன்றுமாறு பாடநூலின் மொழி அமைந்திருக்கிறது. பாடநூலின் மொழி தன் குறையை ஏன் மொழியின் தன்மை போல், மொழியின் குறைபோல் பிரதிபலிக்கிறது?

சமரசப் பாதையா?

பிராந்திய மொழிகளின் ஆசிரியர்களுக்கென்று நிறைய முதலீடு செய்யப்போவதாகத் தேசியக் கல்விக் கொள்கைக் கூறுகிறது. அறிவியலுக்கு இருமொழிப் பாடநூல்கள் தயாரிக்கப் போவதாகச் சொல்கிறது. மொழிக் கல்வியின் முக்கியத்துவத்தைச் சிறப்பாக அங்கீகரிக்கிறது. அரசியல் சாசனத்தின் எட்டாவது அட்டவணை மொழிகளுக்கு, அந்தந்த மாநிலங்களைக் கலந்து, அகாதமிகளை அமைக்கவிருக்கிறது. ஆசிரியர்களும் பள்ளிகளும் தங்களுக்குத் தகுந்த பாடநூல்களைத் தேர்வு செய்துகொள்ளலாம். தேசியக் கல்வி ஆராய்ச்சி, பயிற்சிக் கழகம் மாநிலக் கழகங்களுடன் இணைந்து தரமான பாடநூல்களை உருவாக்கும். மாநிலங்கள் தங்கள் 'மண் மணத்தோடு' கல்வித் திட்டங்களை உருவாக்கலாம். ஆனால், தேசியக் கல்வி ஆராய்ச்சி, பயிற்சிக் கழகத்தின் தரம் மட்டுமே ஏற்புடையது.

பல இடங்களில் தேசியக் கல்விக் கொள்கை, கல்வி நிறுவனங்களின், ஆசிரியர்களின் சுதந்திரத்துக்கு முக்கியத்துவம் தர வேண்டும் என்பதை ஏற்றுக்கொள்கிறது. எல்லா உயர்கல்வி நிறுவனங்களும் சுதந்திரமான, தன்னாட்சி பெற்ற அமைப்புகளாவதை ஒரு நோக்கமாகவும் சொல்கிறது. இந்தச் சுதந்திரத்தை உறுதி செய்யும் ஒட்டு மொத்த சட்டம் ஒன்றின் தேவைபற்றியும் சொல்கிறது. அதே நேரத்தில் நிர்வாகத்துக்காகத் தனக்குக் கீழ் நான்கு அமைப்புகளைக் கொண்ட ஒரு உயர்கல்வி ஆணையம் உருவாக்குவது பற்றியும் அது பேசுகிறது. இது கருத்தளவில் ஒரு உள் முரண் என்பதைக் கவனித்தார்களா என்று தெரியவில்லை.

தேசியக் கல்விக் கொள்கை இவ்வாறு வலியுறுத்தும் சுதந்திரத்தை (இந்தச் சுதந்திரப் பரப்பை வெறும் இண்டு, இடுக்கு என்றுகூட சிலர் விவரிக்கலாம்) மாநிலக் கல்விக் குழு கணக்கில் கொள்ளத் தவறாது. தன் பரிந்துரைகளை வடிவமைக்க இந்தச் சுதந்திரத்தை முழுமையாகப் பயன்படுத்திக் கொள்ள மாநிலக் குழுவால் இயலும்.

பல இடங்களில் தேசியக் கொள்கையின் நீட்சியாகவும், விரிவாகவும், திருத்தங்களாகவும் தன் அறிக்கையை அமைத்துக் கொள்வது அதற்கு இயலக்கூடியதே. இதைச் செய்து, இதற்கு மேல் முற்றிலும் தன் பங்களிப்பாக மாநிலத்துக்குத் தனித்துத் தேவையானவற்றையும் அதனால் அடையாளம் காண இயலும்.

நிர்வாகப் புதுமைகளோ, அதிக நிதி ஒதுகீடோ, நிறைய பாடங் களோ நான் குறிப்பிட்ட மொழிக்கல்வியின் போதாமைகளைக் களையாது. மொழிக் கல்வி என்பது பத்துப் பாடங்களோடு பதினோராவது பாடமாகக் கற்பிப்பதல்ல. இதர படிப்புகள் பெரும் பாலனவற்றுக்கும் மொழிக் கல்விதான் அடிப்படை. கலாச்சாரத்தின் பெரும் பகுதியான சொல்லாடல்கள் மொழியில் நிகழ்பவை. ஆங்கில மானாலும், தமிழானாலும் மொழிபற்றிய இன்றைய அணுகு முறையை, மொழிக்கான இன்றைய சொல்லாடலை விடுபட்ட நிலையில் நாம் மீண்டும் பரிசீலிக்க வேண்டும்.

(‘அருஞ்சொல்’ மின்னிதழ், 15.06.2022.
தலைப்பு: ‘மொழிப் பாடங்களின் முக்கியத்துவம்’.)

அரசியல்

1. நாளைய சட்டமன்றத்திற்கு வேலையே வேண்டாமா?

வாக்காளர்களுக்குப் பரிசுப் பொருட்களைக் கொடுத்து வாக்கு சேகரிப்பது அப்போதும்தான் நடந்தது. பணமும் கொடுத்தார்கள். ஆனால், இப்போதுபோல் தொகை பெரியதாக இருக்காது. அறுபது ஆண்டுகளுக்கு முன் எங்கள் ஊர் நகராட்சித் தேர்தலில் வாக்காளருக்கு இரண்டு ரூபாய் கொடுத்தார்கள் என்று நினைவு. வஞ்சனை இல்லாமல் எல்லோருக்கும் இப்போது கொடுப்பதுபோல் ஊர் அடைத்தும் கொடுக்க மாட்டார்கள்.

கொடுக்கும் தொகை எத்தனை ரூபாயைத் தாண்டினால் வாக்காளர்-வேட்பாளர் உறவு கொச்சைப்பட்டுப்போகும் என்பது தெரியவில்லை. அதைக் காண்பதற்கான கலாச்சார உரைகல் இனி எப்போதுமே கிடைக்காது. அக்காலத்தில் வாக்காளர் ஏல வியாபாரி போலவோ, வேட்பாளர் ஏலம் எடுப்பவர்போலவோ நடந்து கொண்டதாகத் தெரியவில்லை. அந்தத் தரத்திற்கு உறவு தாழ்ந்து விடக்கூடாது என்று இருவருக்குமே அக்கறை இருந்ததாகத்தான் தெரிகிறது.

குடமும் குத்துவிளக்கும்

செல்வாக்கான வேட்பாளர்கள் களத்தில் இருந்தால் இப்படிக் கொடுப்பது கொஞ்சம் சுவாரசியமாகவே நடந்தது. 1962 பொதுத் தேர்தலில், தஞ்சாவூர்த் தொகுதி வேட்பாளர் ஒருவருக்காகச் செப்புக் குடம் கொடுத்தார்கள். மற்றவருக்காகக் குத்துவிளக்கு கொடுத் தார்கள். தாங்கள் கொடுப்பவற்றின் கலாச்சாரக் குறியீட்டு மதிப்பு என்ன என்பது அவர்களுக்குத் தெரிந்துதான் இருந்தது. இன்றைய வேட்பாளர்கள்போல் அவர்கள் நளினம் இல்லாமல் நடந்துகொள்ள வில்லை! உங்கள் வீட்டின் மங்களப் பொருளாக எப்போதும் ஒரு நிறைகுடம் என்றார் ஒரு வேட்பாளர். அடுத்தவர், ஒவ்வொரு அந்தியிலும் உங்கள் வீட்டுக்குத் திருமகள் வருவதுபோல் இந்த விளக்கின் ஒளி பரவும் என்றார்.

தவறு என்றாலும், அந்தக் காலத் தவறுகள் இப்போதுபோல் ரசனைக் குறைவாக நடக்கவில்லை என்பதையாவது ஒத்துக்கொள் வீர்கள்! அவர்கள் செய்ததை நான் நியாயப்படுத்தவில்லை. இரு தரப்பாருமே பணமாகக் கொடுக்க அப்போது கூசியிருப்பார்கள். பரிசுப் பொருள் கொடுப்பது அப்போதே வந்துவிட்ட கேடுதான். ஆனால், அன்றைக்கு இருந்த கூச்சம் இப்போது அற்றுப்போனது அதைவிடப் பெரிய கேடு. கலையம்சமே இல்லாத ஒரு திரைப் படத்தைக் கொண்டாடுவதற்கும் வாக்குக்குப் பணம் தருவதற்கும் ரசனைக் கேடுதான் ஒரே ஊற்றுக்கண். இவையெல்லாம் தண்ட னைக்குரிய முறைகேடு என்று குறுக்கிப் பார்ப்பதோடு நாம் நின்று கொள்வதால் பயன் இல்லை. நடவடிக்கை எடுங்கள் என்று தேர்தல் ஆணையத்தை வற்புறுத்துபவர்கள் ஒரு பெரிய சீர்கேட்டை அன்றைக்கு நடந்த ஒரு குற்றச் செயலாகச் சுருக்குகிறார்கள் என்று தான் சொல்ல வேண்டும்.

எனக்கு என்ன வரும்?

தேர்தல் முடிந்த கையோடு ஒவ்வொருவர் வீட்டுக்கும் வரும் பலன்கள் என்று இலவசங்களுக்குப் பெரும்பாலான கட்சிகள் உறுதி யளித்திருக்கின்றன. கட்சிகள் தங்கள் கொள்கைகளைச் சொல்வதில் மட்டுமே நம்பிக்கை வைப்பதில்லை. பாலம் கட்டித் தருவோம், நல்ல தார்ச் சாலை வந்துவிடும், ஊருக்குப் பள்ளிக்கூடம் வரும் என்று சொல்லலாம். ‘‘இவையெல்லாம் வரட்டும். எனக்கு என்ன வரும்?’’ என்று கேட்கிறாராம் வாக்காளர். கல்லூரி வரும் என்று சொன்னால், ‘‘என் வீட்டுப்பிள்ளையா படித்து பட்டம் வாங்கப் போகிறது?’’ என்பாராம்.

தன்னுடைய தனிப்பட்ட நன்மை பொது நன்மைக்குள் இருக்கிறது என்று அந்த வாக்காளர் பார்க்கப் பழகவில்லை என்று சொல்வீர்கள். மற்றொரு சிந்தனைப் போக்கில் சென்று, பொது வசதிகளைப் பயன்படுத்திக்கொண்டு முன்னேறுவதற்குத் தேவை யான அந்தச் சிறிய பொருளாதர தெம்புகூட அவரிடம் இல்லை என்று சொல்வீர்கள். இந்தச் சமூகவியல் ஆய்வெல்லாம் இப்போது உதவாது என்று கட்சிகளுக்குத் தெரியும்! வாக்காளர் என்ற இலக்குக்குப் பொருத்தமாக வடிவமைத்த இலவசங்கள்தான் வாக்கு களைப் பெற்றுத் தரும். இது ஒரு வணிக உத்தியாக இருப்பதால் கட்சி களுக்கு வேண்டாததாகிவிடாது.

கட்சிகளின் அறிக்கைகளைப் பார்க்கும்போது எனக்கு வேறு வகையான சிக்கல் தோன்றுகிறது. இத்தனை லட்சம் மக்களுக்கு, இத்தனை கோடி செலவில், இன்னின்ன இலவசங்களை, இத்தனை ஆண்டுக்குள் தருவோம் என்று ஒரு அறிக்கை சொல்கிறது என்று வையுங்கள். ஒரு அசலான அரசியல் பிரச்சினை இதில் உண்டு.

சட்டமன்றத்தின் கூட்டுச் சிந்தனையா?

சட்டமன்றத்தின் பொறுப்பு, நிர்வாக அரசின் கொள்கைகளுக்கும் திட்டங்களுக்கும் ஒப்புதல் தருவதுபற்றிப் பரிசீலிப்பதாகும். திட்டங்களுக்கு முன்னுரிமை கொடுப்பதும் அதன் முடிவுதான். பிரச்சினைகளையும் அதற்கான தீர்வுகளையும் அடையாளம் காண்பதுகூட அதன் நடவடிக்கைதான். இவற்றுக்கு ஏற்ப வரி வருவாயை எப்படிப் பெருக்குவது என்பதும் அதன் பொறுப்பு. வரி வருவாயை எதெதற்கு எவ்வளவு ஒதுக்கீடு செய்வது என்பதும் அதன் பொறுப்பு. இவையெல்லாம் அந்தச் சபையின் கூட்டுச் சிந்தனையில் வரும் முடிவுகள்; தங்கள் பிரதிநிதிகளின் மூலமாக மக்கள் பங்கேற்று முடிவு செய்பவை.

இவற்றையெல்லாம் தேர்தலில் போட்டியிடும் கட்சிகள் தங்கள் மட்டத்தில் இப்போதே செய்துவிட்டதுபோல் அவற்றின் அறிக்கைகள் அமைந்துள்ளன. தேர்தல் அறிக்கைகள் அடுத்த ஐந்து ஆண்டுகளுக்கான நிதி மசோதாக்களின் தொகுப்பாகவே இருக்கின்றன. அமையப் போகும் சட்டமன்றத்தின் நிதி அதிகாரத்தைக் குறிப்பிட்ட நிலைப் பாட்டுக்கு இப்போதே பிணைத்து வைப்பது என்ன ஜனநாயகம்? ஒரு சட்ட மசோதாவின் முன்வரைவு தேர்தல் அறிக்கையாக வருகிறது என்று வையுங்கள். அமையப்போகும் சட்டமன்றத்தின் அதிகாரத்தை அது எப்படிச் சுருக்குமோ அதே நிலைமைதான் இலவச அறிவிப்புகளாலும் உருவாகும். இந்த நிலைமையில், தேர்தலுக்குப் பின் அமையப்போகும் சட்டமன்றத்தின் வேலை என்னவாகத்தான் இருக்கும்? அநேகமாக, ஜனநாயக அமைப்பில் சட்டமன்றத்தின் வழக்கமான வேலைகளில் மிகச் சில மட்டுமே அதற்கு மிஞ்சக்கூடும். அவையும் சடங்குச் சாயலில் அமைந்த வேலைகளாக இருக்கும்.

பெரும்பான்மை பெற்று அரசு அமைக்கிறது ஒரு கட்சி. கருவூலச் சாவி கையிலிருக்கும் அந்தக் கட்சியின் திட்டங்கள்தானே அமையப் போகும் அரசின் திட்டங்கள் என்று நீங்கள் சமாதானம் சொல்ல லாம். கட்சி மட்டத்தில்கூட விவாதிக்கப்படாத, கட்சியின் இனி

அமையப்போகும் சட்டமன்றக் குழுவில்கூட விவாதிக்கப்படாத, அமையவிருக்கும் அமைச்சரவையில் விவாதிக்கப்படாத, ஆனால், ஒப்புக்கொள்ளப்பட்ட திட்ட வரைவுகளாகவே இருப்பவை இந்தத் தேர்தல் அறிக்கைகள். இப்படி இருப்பவற்றுக்கும் பாராளுமன்ற ஜனநாயகச் செயல்பாட்டுக்கும் பொருத்தம் மிகக் குறைவு என்பதை நாம் கவனிக்க வேண்டும். எல்லாமே ஜனநாயகத்தைப் போற்றும் கட்சிகள். அவற்றின் தேர்தல் அறிக்கைகள் அமையவிருக்கும் சட்ட மன்றத்திற்குக் கொஞ்சம் பணிகளை விட்டுவைத்திருக்கலாம். சட்ட மன்றம் சடங்கு மன்றமாவதால் யாருக்கு நன்மை?

(01.04.2021.)

2. அரசியல் பஞ்சைகளை அடையாளம்காட்டவா சாதிவாரிக் கணக்கு?

சாதிகள் இரண்டே வகை; அவை தவிர வேறு இல்லை. இளைத்த சாதிகள் ஒரு வகை. அவை மக்கள்தொகையில் குறைவானவை. வலுத்த சாதிகள் இரண்டாவது வகை. அவை மக்கள் தொகை அதிகம் உள்ளவை. இது உயர்வு, தாழ்வு ஏற்காத வெறும் எண்ணிக்கை அடிப்படையிலான வகைப்பாடு. தொகுதி வாரியாக வாக்கெடுப்பு நடக்கும் ஜனநாயகத்தில் இளைத்தவை எவை, வலுத்தவை எவை என்பது தவிர, மற்ற வகை சாதிக் கணக்குகள் அரசியலுக்கு உதவாது. சாதிவாரி கணக்கெடுப்பை விவாதிக்கும் பலர் பேசத் தயங்கும் அம்சம் இது. சாதிவாரிக் கணக்கு நம் ஜனநாயக அரசியலை வளப்படுத்துமா?

தெரிந்த கணக்குதான்

ஒவ்வொரு தொகுதியிலும் எந்த சாதிகள் வலுத்தவை, எவை இளைத்தவை என்பது அரசியல் கட்சிகளுக்கு நன்றாகத் தெரியும். நான்கே குடும்பங்கள்தான் ஒரு சாதியில் இருக்கின்றன என்றாலும் அவை எங்கே ஒளிந்திருக்கின்றன என்பதை அந்தத் தொகுதி கட்சி நிர்வாகிகள் அறிவார்கள். இளைத்த சாதிகளில் சில பொதுவாகப் பொருளாதர வசதி உள்ளவையாக இருக்கக்கூடும். இந்தப் பொருளாதர கணக்கு தேர்தல் அரசியலில் அர்த்தம் பெறாது.

தொகுதிகளுக்கு வேட்பாளர்களைத் தேர்வு செய்யும் கட்சிகள் இளைத்த சாதியினரை ஒதுக்கிவிடுவது அவை பின்பற்றும் யதார்த்த விதி. இந்த விதிக்கு எப்போதாவது விலக்கு நிகழ்ந்தது உண்டு. அவை கட்சித் தலைவர்கள் மக்கள் தலைவர்களாக இருந்தபோதும், அவர்கள் அதீதச் செல்வாக்கோடு இருந்தபோதும் நிகழ்ந்தன. யதார்த்த அரசியலில் இந்த அபூர்வ விதிவிலக்குகளைக் கணக்கில் கொள்ள முடியாது. அரசியலுக்கும் சாதி கணக்குக்கும் இருக்கும் தொடர்பு எல்லா விதிவிலக்குகளையும் கடந்து நிலைப்பது.

துக்கடா தொகுப்பு

ஒரு சாதியினர் தமிழ்நாடு முழுவதும் இரண்டாயிரம் பேர் இருக்கிறார்கள் என்று சல்லடைகொண்டு சலித்துக் கண்டுவிடுவதால் என்ன பயன்? யதார்த்த அரசியலுக்கு இதனால் ஒரு பலனும் இருக்காது என்பது மட்டுமல்ல. இப்படி ஒரு கணக்கு அந்தச் சாதியினருக்கு இடையூறாகவும் முடியும். அவர்கள் ஜனநாயக அரசியலில் ஒரு துக்கடா தொகுப்பாகிவிடுவார்கள். நான் இப்படிச் சொல்வதால் கணக்கு எடுக்காமலிருக்கும்போது அவர்களுக்கு நம் ஜனநாயகத்தில் முக்கியத்துவம் வாய்த்துவிடும் என்பதில்லை. சாதிவாரிக் கணக்கால் யாருக்குப் பலன் இருக்காது என்பதைத்தான் சொன்னேன்.

பிற்பட்டவையல்லாத சாதிகளையும் சேர்த்து, தமிழ்நாட்டில் 400 சாதிகள் இருப்பதாக வைத்துக்கொள்வோம். அவற்றில் 350 சாதிகளாவது அவரவர் வசிக்கும் தொகுதிகளில் முக்கியமற்றவர்கள்தான். வெகுஜன வாக்கெடுப்பு அடிப்படையிலான ஜனநாயகத்தில் இது இயற்கை. மக்கள் அழுத்தமான தனிநபர் வாதிகளாக, தன் சுதந்திரத்தில் வாக்களிக்கப் பழகியுள்ளார்கள் என்று நீங்கள் நம்பியிருக்கிறீர்களா? தங்களைத் தொகுப்புகளாகக் கருதி, தொகுப்புகளாகத்தான் மக்கள் செயல்படுகிறார்கள். ஒரு வார்டு, பஞ்சாயத்து, பேரூராட்சி அல்லது நகராட்சி, சட்டப் பேரவை அல்லது மக்களவைத் தொகுதி - இப்படி புவிப்பரப்புத் தொகுதி ஒவ்வொன்றிலும் எவை எண்ணிக்கையில் வலுத்த சாதியோ அவைதான் ஜனநாயக அரசியலில் பங்கேற்கும். இளைத்த சாதிகளின் அரசியல் பங்கேற்பு தேர்தலில் வாக்களிக்கும் கட்டத்தோடு முடங்கிவிடும். இது உங்கள் அனுபவத்தில் உள்ளதுதானே!

அரசியலில் ஒவ்வொருவரும் முழுமையாகப் பங்கு பெற வாய்ப்பளிப்பதுதான் ஜனநாயக லட்சியம். நீங்கள் எண்ணிக்கையில் இளைத்த சாதியினராக இருக்கலாம். அதன் காரணமாகவே உங்களுக்கு அரசியலில் பங்கேற்க இயலாது என்றால் நம் ஜனநாயகம் குறையுள்ளதுதான். சாதிவாரிக் கணக்கெடுப்பு நான் சொன்ன ஜனநாயக லட்சியத்தை அடையவோ, அல்லது இவ்வகைக் குறையைக் களையவோ உதவும் என்றால் அந்தக் கணக்கெடுப்பு அவசியமே. அது மக்களுக்கு நியாயம் செய்யும் என்று ஏற்கலாம். ஆனால், அந்த நியாயத்தைச் செய்ய அதன் உள்ளார்ந்த தடைகள் அனுமதிக்காது என்பது வெளிப்படை.

ஜனநாயகத்தில் சாதிகள் செரித்தனவா?

ஆனால், சாதிவாரிக் கணக்கெடுப்பு தேவை என்று வாதிடுபவர்கள் கவனிக்க வேண்டிய கேள்விகள் இரண்டு உண்டு: இந்தக் கணக் கெடுப்பு சாதிகளுக்கு இடையிலான உறவுக்கு என்ன செய்யும்? சாதி களுக்கும் ஜனநாயத்திற்கும் உள்ள உறவுக்கு அது எப்படிப் பங்களிக்கும்? வேலை வாய்ப்புகளையும் நலத்திட்ட பலன்களையும் எந்தக் கணக்கில் பகிர்ந்து கொள்வது என்பதைத் தாண்டியும் அரசியல் இருக்கிறது. வலுத்தவர்களானாலும் இளைத்தவர்களானாலும் அரசியல் அக்கறை உள்ளவர்கள் எல்லோருக்குமே இந்தக் கேள்விகள் முக்கியமாகப்படலாம். இவை ஏட்டளவிலான, லட்சியவாத கேள்வி களோ, மேட்டிமைகளின் கேள்விகளோ அல்ல.

இளைத்த சாதிகள் எல்லாவற்றையுமே நம் ஜனநாயகம் ஒரு தொகுப்பாக அரசியலிலிருந்து ஒதுக்கி வைப்பது நியாயமல்ல என்பதை ஏற்பீர்கள். அவர்களின் பங்களிப்பு இல்லாமல் நகரும் அரசியலுக்கும் அவர்களின் பங்களிப்பைப் பெற்று இயங்கும் அரசியலுக்கும் நிறைய வேறுபாடு இருக்கும் என்பதையும் ஏற்பீர்கள்.

நம் விவாதப் போக்கின் வலுவுக்காக இப்படி கற்பனை செய்து பார்ப்போம்: தமிழகத்தின் ஜனநாயக வரலாற்றில், எண்ணிக்கையில் வலுத்த சாதியினரே முதலமைச்சர்களாக இருந்தார்கள் என்று வைத்துக்கொள்ளுங்கள். அதுவும் ஜனநாயகமே. ஆனால், அந்த ஜனநாயத்திற்கும் தமிழக வரலாற்றில் உண்மையில் நிகழ்ந்தாவாறே வந்த ஜனநாயகத்திற்கும் தன்மையில் வேறுபாடு இருந்திருக்காதா? நான் தன்மை வேறுபாட்டைத்தான் சொல்கிறேன்; உயர்வு தாழ்ச்சி சொல்லவில்லை. எண்ணிகையில் இளைத்த சாதியினர் நம் முதலமைச் சர்களாக இருந்ததற்கு மாமூலான ஜனநாயக அமைப்பு மட்டுமே காரணம் என்று நான் சொல்ல மாட்டேன். நம் ஜனநாயகம் இயங்கும் விதத்தையும் மீறி அவர்கள் முதல்வர்கள் ஆனார்கள் என்று சொன் னாலும் தவறில்லை.

சாதிகளின் எண்ணிக்கை வலுவை தெரிந்து, அதனால் வந்த புரிதலில்தான் நம் அரசியலே இயங்குகிறது. யதார்த்தத்தை புறக் கனிப்பவர் அரசியலில் தரிக்க இயலாது என்பது உண்மைதானே!

அரசியலில் பஞ்சைகளை உருவாக்கும்

பிறகு, சாதிவாரிக் கணக்கெடுப்பு புதிதாக என்ன செய்யும்? துல்லியம் என்ற தோற்றத்தோடு அதிகாரப் பூர்வமான ஆவணத்தை

அது படைக்கலாம்; அதற்குமேல் எதையும் சாதிக்காது. அரசின் நிர்வாக நடவடிக்கைகள் சில புதிதாக அமையக்கூடும். ஆனால், இவை தொடர்பான அரசின் கொள்கைகள் ஏற்கனவே இருக்கும் கொள்கைகளின் தொடர்ச்சியாகத்தான் இருக்கும். கொள்கைகளில் பெரிய மாற்றங்களை எதிர்பார்க்க இயலாது. கொள்கைகள் இருந்த வாறே தொடரும்போது வெறும் நிர்வாக உத்திகள் புதிதாக என்ன சாதிக்கும்?

மாறாக, சாதிவாரிக் கணக்கெடுப்பு நாம் எதிர்பாராத விளைவு களையும் உண்டாக்கும். வேலை வாய்ப்புகள் சாதிகளுக்கு இடையே துல்லியமாக பகிரப்படவில்லை என்பதைவிட இந்த விளைவுகளுக்கு அரசியல் முக்கியத்துவம் அதிகம். பொதுவாக எல்லா ஊர்களிலும் இளைத்த சாதிகளும் வலுத்த சாதிகளும் ஒன்றை ஒன்று அனு சரித்துக்கொள்வது தமிழ்நாட்டுப் பண்பாடு. அன்றாட வாழ்க்கையில் யாரையும் எண்ணிக்கைபற்றிய பிரக்ஞை வழி நடத்துவதில்லை. ஆனால், ஒவ்வொரு சாதியும் ஒரு தொகுப்பாகத் தன்னை உணர்வதையும், சுய மதிப்பீட்டில் தன்னை எப்படி கருதிக்கொள்கிறது என்பதையும் சாதிவாரிக் கணக்கெடுப்பு நிர்ணயிக்கும். மாநில அரசியலில் தான் எங்கே நிற்கிறோம்—மையத்திலா, விளிம்பிலா, அதற்கும் வெளியே, புற விளிம்பாகவா—என்று ஒரு புதுப் பிரக்ஞை அதற்கு வாய்க்கும். இன்றைய யதார்த்தமும் அதுதானே என்று சொல்வீர்கள். ஆனால், எல்லோரும் அரசியலில் பங்கேற்கிறோம் என்ற கோட்பாட்டு அளவிலான மாயையாவது இப்போது மிஞ்சி இருக்கிறதே!

மாநிலத்தில் ஐநூறு நபர்கள் உள்ள சாதியில் உள்ளவர் தான் ஒரு அரசியல் பஞ்சை என்று உணர்வதை அவர் தவிர்க்க இயலுமா? அல்லது ஐம்பது லட்சம் நபர்கள் உள்ள சாதியில் பிறந்தவர் தன் அரசியல் உரிமை இந்த பஞ்சைகளின் உரிமையைவிட மேலானது என்று கருதிக்கொள்வதை அவர்தான் தவிர்க்க இயலுமா? இரண்டு உணர்வுகளுமே நம் ஜனநாயகத்தின் குறைகளாகத்தானே இருக்கும்!

(இந்து தமிழ் திசை, 12.03.2024.
சில விளக்கங்கள், திருத்தங்களுடன்.)

3. சபையை மதிக்காத நம் ஜனநாயகம்

அண்மைக் காலத் தேர்தல் பிரச்சாரங்கள் போலவே இப்போதைய பிரச்சாரமும் யார் பிரதமராக வர வேண்டும், யார் வரக் கூடாது என்பதாகவே அமைந்துள்ளது. மாநிலத் தேர்தல் என்றாலும் பிரச்சாரம் முதல்வர் பொறுப்பிற்கே முதன்மை தரும். அரசியல் கட்சிகள் இதனை வெறும் யுக்தியாகக் கையாளக்கூடும். ஆனால், இது நம் ஜனநாயகத்தின் ஒரு அடியோட்டத்தோடு தொடர்புடையது. பாரதத்தின் 18ஆவது பாராளுமன்றம் எப்படி அமைய வேண்டும், யாரெல்லாம் அதில் உறுப்பினரானால் சபை திறனோடு நிறக்கும் என்ற அக்கறை அரசியல் கட்சிகளுக்கு இருப்பதாகத் தெரிய வில்லை. பாராளுமன்றம், சட்டமன்றம் போன்ற சபைகளை அமைக்கத்தானே தேர்தல்கள்?

நம் ஜனநாயகத்தின் போக்கை கட்சி அரசியலிலிருந்து விடுபட்டுக் கவனிப்பவர்கள் கவலைப்பட வேண்டிய சங்கதி இது. ஜன நாயகத்தின் ஓர் அங்கம் அரசு நிர்வாகம். அதன் தலைமைபற்றிய பிரச்சாரம் மேலோங்கி, முதன்மை பெறுகிறது. ஆனால், அந்த அரசு நிர்வாகம் பணிந்து பதில் சொல்லக் கடமைப்பட்ட ஜனநாயகத்தின் மற்றொரு அங்கமான சபையைப்பற்றிய அக்கறை தென்படவில்லை. மக்களால் நேரடியாக அல்லாமல் சபை வழியாகவே நடக்கும் ஜன நாயகத்தில் இது விரக்தியைத் தரும் போதாமை.

ஏட்டுச் சங்கதிகளா?

தன் வேட்பாளர்கள் சபையில் எப்படிச் செயல்படுவார்கள் என்பதை ஆராய்ந்துதான் கட்சிகள் அவர்களைத் தேர்தலில் நிறுத்து கின்றனவா? இந்த நிலவரம் தேசிய அரசியலுக்கும் நம் மாநில அரசியலுக்கும் பொதுவானதுதான். சபைக்கும் அரசாங்கத்துக்கும் ஜனநாயகம் நிர்ணயிப்பது ஒரு மேல்-கீழ் உறவு. அதைத் தேர்தல் கட்டத்திலேயே தலைகீழாக மாற்றி, உறுதிப்படுத்திக்கொள்ளும் அரசியல் சிந்தனையை வரவேற்போமா? நான் சொல்வதெல்லாம்

பாடப் புத்தகத்தின் ஏட்டுச் சங்கதிகள் என்று நீங்கள் சொல்லலாம். அப்படி இவற்றைத் தள்ளிவிட இயலாது என்பதற்கு நம் மாநிலத்திலிருந்தே சில நிகழ்வுகளைக் காட்ட முடியும்.

சென்ற மார்ச் முதல் தேதியிலிருந்து தமிழ்நாடு பாரம்பரிய கட்டமைப்புகள் ஆணையச் சட்டம் (The Tamil Nadu Heritage Commission Act, 2012) உயர் நீதிமன்ற உத்தரவு வழியாக அமலுக்கு வந்தது. சட்டமன்றத்தில் 2012இல் நிறைவேறி, 2017இல் திருத்தம் செய்யப்பட்ட இச்சட்டம் ஒரு மாமாங்கம் கிடப்பில் இருந்தது. சட்டத்திற்கான அவசியத்தைச் சொல்லித்தான் இதற்கான மசோதாவைப் பேரவையில் அரசாங்கம் அறிமுகம் செய்திருக்கும்.

சபை நிறைவேற்றிய சட்டத்தை பன்னிரண்டு ஆண்டுகள் மடக்கி வைத்துக்கொள்ள அரசாங்கத்தால் இயலுமானால் அரசுக்கும் சபைக்கும் உள்ள உறவை நம் ஜனநாயகம் எப்படி அமைத்துக்கொண்டுள்ளது? நியதிப்படியான அதிகார உறவு தலைகீழாகி, அரசாங்கம் மேற்கரித்து சபை தணிந்துவிட்டது.

2023 ஏப்ரல் 12இல் தமிழ்நாடு தொழிற்சாலைகள் சட்டத் திருத்த மசோதா (The Factories (Tamil Nadu Amendment) Bill, 2023) அரசு மசோதவாகச் சட்டப் போரவையில் அறிமுகமானது. அதிலிருந்து பத்தாவது நாளில் நிறைவேறிய இந்த மசோதாவை 'நிறுத்தி' வைப்பதாக அடுத்த நான்கு நாட்களில் அரசாங்கம் அறிவித்தது. மசோதா சபையில் இருக்கும் போது தோழமைக் கட்சிகளே அதை எதிர்த்து வெளிநடப்புச் செய்தன. இருந்தாலும், சட்டப் பேரவை இந்த மசோதாவை குரல் வாக்கெடுப்பில் நிறை வேற்றியது.

புறவழிச் சாலை

இது விரும்பத்தகாத மசோதா என்பதும், இது சட்டமாகக் கூடாது என்பதும் சரியே. தொழிற் சங்கங்களின் தீவிர எதிர்ப்பை மதித்து நிறைவேறிய மசோதாவை மேல் நடவடிக்கை இல்லாமல் நிறுத்தி வைத்த தமிழக முதல்வரைப் பாராட்டலாம். ஆனால், சட்டப் பேரவை நிறைவேற்றிய மசோதாவை அதன் மாமூலான அடுத்த கட்டத்திற்குச் செல்லாமல் நிர்வாக அரசு நிறுத்திவைத்தது. அந்த நடைமுறை நம் சபை வழி ஜனநாயக அமைப்பில் சரிதான் என்று சொல்ல இயலாது.

கோட்பாட்டின்படி நிர்வாக அரசு சட்டப் பேரவைக்குக் கட்டுப்பட்டது. அந்தச் சபை நிறைவேற்றிய மசோதாவை நிர்வாக அரசு முடக்கும்போது சபையை அதனால் எப்படிக் கடக்க முடிந்தது?

தமிழக அரசின் இந்த ஜனநாயக நூதனம் பிடிபடாமல் ஊடகங்கள் தங்களுக்குத் தோன்றிய வகைகளில் மசோதாவை அரசு 'நிறுத்தி வைத்தது', 'திரும்பப் பெற்றது', 'நடைமுறைப்படுத்துவது தற்காலிக மாக நிறுத்தப்பட்டது', 'மேல் நடவடிக்கை நிறுத்தி வைக்கப் படுகிறது' என்று பலவாறு விவரித்தன. மசோதா நிறைவேறிய பின்பு அது அரசாங்கத்தின் உடைமை அல்ல; சட்டப் பேரவையின் உடைமை யாக அதன் வசத்தில் இருக்கும். தன் பயணத்தில் அதற்கான அடுத்த கட்டம் ஆளுநர் மாளிகை. அரசு அதை பிடித்து வைத்துக்கொண்டது என்றால் நிர்வாக அரசாங்கம் சட்டப் பேரவையின் அதிகாரத்தைத் தானே வரித்துக்கொண்டது என்று விளங்கிக்கொள்ளலாம்.

ஜனநாயகப் புதிர்

தனக்கும் சட்டப் பேரவைக்கும் உள்ள உறவை சகஜ நிலைக்குக் கொண்டுவருவதற்காக அரசு ஒரு சிறிய வேலையைச் செய்தது. மசோதாவின் நிறுத்திவைக்கப்பட்ட நிலையை பேரவை உறுப்பினர் களுக்குத் தெரிவிப்பதாக அரசு அறிவித்தது. ஆனாலும், உறுப்பினர் களுக்குத் தனித்தனியாகத் தெரிவித்தால் அது சபைக்குத் தெரிவித்த தாகும் என்பது சந்தேகமே.

நிறைவேறிய மசோதா வேண்டாததானால், தன் பயணத்தை முடித்து அது சட்டமான பின்பு, அதை ரத்து செய்வதற்கு பேரவையில் மற்றொரு மசோதாவை நிறைவேற்றலாம். தமிழக அரசு பின்பற்றிய வழிபற்றி 'தின மணி' நாளிதழில் அப்போதே ஒரு விளக்கச் செய்தி வந்தது. நிறைவேறிய மசோதா ஆளுநரின் ஒப்புதல் பெற்றுச் சட்ட மாவதற்கு முன் அதை நிறுத்திவிடலாம் என்பது விளக்கம். பேரவையில் நிறைவேறிய தமிழ் நாடு பொது அறக்கட்டளைச் சட்டம், 2020, இவ்வாறு திரும்பப் பெறப்பட்டது. தொடர்புடைய அமைச்சர் மசோதாவைத் திரும்பப்பெற்றதாகப் பேரவையில் அறிவித்தார் என்பதும் விளக்கச் செய்தி. திரும்பப் பெறும் தீர்மானம் ஒன்றை பேரவையில் படித்துக் குரல் வாக்கெடுப்பில் நிறைவேற்றலாம் என்றும், 1994 முதல் இவ்வழிகள் பின்பற்றப்படுவதாகவும் விளக்கம் தெரிவித்தது. பேரவையில் மசோதாவை விவாதிக்கும்போது எந்தக்

கட்டத்திலும் அதைத் திரும்பப் பெறுவதற்கு இயலும். ஆனால், நிறைவேறிய மசோதாவை மசோதாவாகவே திரும்பப் பெறுவது விநோதம்.

அறிவிப்பும், தீர்மானமும் நிறைவேறிய மசோதாவை ரத்து செய்யும் என்பதும் சந்தேகமே. ஏர்ஸ்கின் மெய் (Erskine May), நம் பாராளுமன்ற நடைமுறை விதிகள், சட்டப் பேரவை விதிகள் - இப்படியான எதிலுமே நிறைவேறிய மசோதாவுக்கு இவ்வாறு திரிசங்கு சுவர்க்கம் கற்பிக்கப்படவில்லை. நிறைவேறிய மசோதா, பிறகு அதுவே சட்டம் என்ற இரண்டிற்கும் இடையில் ஒரு திரிசங்கு நிலை உள்ளதா? தானே கற்பிதம் செய்த இந்தக் கட்டம் வழியாக அரசாங்கம் தன்னைப் பேரவைக்கும் மேல் நிலையில் வைத்துக் கொண்டது. கூடவே, தனக்கும் பேரவைக்கும் இடையில் உள்ள கோட்டை அழித்து, தானே சட்டப் பேரவையாகவும் மாறியது என்றும் சொல்லலாம். பொதுத் தேர்தல்களைப் பிரதமரையோ, முதல்வரையோ தேர்ந்தெடுப்பதற்கானதாக வடிவமைப்பது இந்த வகை ஜனநாயகப் போக்கின் அடையாளம்தானே!

(இந்து தமிழ் திசை, 21.05.2024.)

4. திராவிட அரசுக்கு முருகனோடு வந்த நெருக்கம்

அண்மையில் அனைத்துலக முத்தமிழ் முருகன் மாநாடு நடந்த பழநி நகருக்கு இன்னொரு சிறப்பும் இருக்குமென்று முன்பு எனக்குத் தெரியாது. மாநாடு நடந்த இடம் மட்டுமல்ல பழநி. தமிழக அரசியல் சிந்தனையின் வளர்ச்சிக் கட்டங்களைக் காட்டும் தளமாகவும் அது தற்செயலாக அமைந்துபோனது. கீழை நாடுகளின் கலாச்சாரத்தைக் கற்பிக்கும் கல்லூரி ஒன்றினை 1960 வாக்கில் முன்னாள் தமிழக முதல்வர் பக்தவத்சலம் அங்கு ஏற்படுத்தியிருந்தார். பின்னர் அது இந்தியக் கலாச்சாரம் கற்பிக்கும் கல்லூரியாகத் தன் விகாசத்தில் குறைந்தது. அந்தத் தளத்தின் இன்றைய நகர்வு 'முத்தமிழ் முருகன்' என்ற, அதற்கும் சிறிய தமிழ் அடையாளப் பரப்புக்குள். இது தமிழக அரசியல் சிந்தனைப் போக்கின் சரியான குறியீடு! மாநாடு வேறு ஒரு வகையில் அனைத்துலக பரப்புப் பெறுவதை நாம் கவனிக்க வேண்டும்.

ஆறு புள்ளிக் கோலம்

முருக வழிபாட்டு நெறியையும், தத்துவத்தையும் பரப்புவது மாநாட்டின் நோக்கம். இதை அப்படியே வைத்துக்கொண்டு மாநாட்டை விளங்கிக்கொள்வதில் சிக்கல் இல்லை. இதனோடு மேலும் இரண்டு நிலைகளில் நாம் மாநாட்டைப் புரிந்துகொள்வதும் இயல்புதான். இன்னொரு தெய்வத்தை மையமாக வைத்து இந்திய மக்களை ஒருங்கிணைக்கும் முயற்சி சில தசாப்தங்களாகத் தீவிரப் படுவது தெரியும். இதற்குப் போட்டியாக முருகனை மையமாக்கி, இங்குள்ளவர்களை ஒருங்கிணைத்துக்கொள்ள முனைவது இயல்பான அரசியல். இது இரண்டாவது நிலையில் வரும் சராசரிப் புரிதல்.

நூறு ஆண்டுகளாகவே தமிழ், தமிழினம், தமிழ் நாடு, தமிழ்ப் பண்பாடு என்ற அடையாள அரசியலைக் கோலமாக இழைக்கிறோம். இவற்றுடன், தமிழ்க் கடவுள், தமிழ்ச் சமயம் என்று மேலும் இரண்டு

புள்ளிகளை இணைத்து, அந்தக் கோலத்தை முருகன் மாநாடு முழுமையாக்கக்கூடும். இது மூன்றாவது நிலையில் சாத்தியமாகும் புரிதல். இரண்டாவது நிலை புரிதலாக நான் சொன்னது மாமூலான கள அரசியல். நம் அக்கறை அதுவல்ல. முருகன் மாநாடு எப்படி அடையாள அரசியலாகிறது என்பதை மட்டும் விளக்கலாம்.

அறநிலையத் துறை இம்மாநாட்டுக்குக் காட்டிய முனைப்பைப் பற்றிய விமர்சனம் உண்டு. அது சமயச் சார்பின்மை என்ற கோட்பாட்டு அடிப்படையில் வருவது. முதலில் அதற்கு ஒரு மறுமொழி. அறநிலையத் துறை ஆதரவில், 1960களின் முதல் சில ஆண்டுகள், திருப்பாவை - திருவெம்பாவை மாநாடுகள் நடந்தன. 1960-1961 மார்கழியில் ஐம்பத்தைந்துக்கும் குறையாத கோயில் களில் இவை நிகழ்ந்திருக்கின்றன. மதுரை, சிதம்பரம் போன்ற பெரிய நகரங்களிலும், எட்டுக்குடி போன்ற சிறிய கிராமங்களிலும் இம்மாநாடுகள். அப்போது பக்தவத்சலம் அறநிலையத் துறை அமைச்சர்; காமராஜர் முதலமைச்சர். மக்களிடம் சமய ஈடுபாட்டை வளர்ப்பதற்காகவே ஒளிவுமறைவு இல்லாமல் நடந்த மாநாடுகள் இவை. சமயச் சார்பின்மைபற்றிய புரிதல் நம்மைவிட அவர்களுக்குக் குறைவு என்று சொல்ல முடியுமா? திருப்பாவை - திருவெம்பாவை மாநாடுகளுக்கு ஒரு வேறுபாடு காட்டலாம். அவை முருகன் மாநாடுபோல் இன்னொன்றுக்கு மாற்றாகவோ, தமிழ் அடையாளத்தை அழுத்தமாக்கும் முயற்சியாகவோ இருந்திருக்காது.

அடையாளங்களும் நெகிழும்

திராவிட இயக்கத்தின் பழைய இறை மறுப்பு நிலைப்பாட்டோடு முருகன் மாநாட்டைச் சேர்த்து கவனிப்பவர்கள் ஒரு சித்தாந்த சங்கடத்தை உணரக்கூடும். தமிழ்க் கலாச்சார அடையாளம் அது வாகவே அமைந்ததல்ல; நாமாகக் கட்டி அமைப்பதுதான் என்று தெரிந்தவர்களுக்கு இந்தச் சங்கடம் வராது. அதை அவ்வப்போது மறு விவரிப்பு செய்துகொள்கிறோம். சில சடங்குகளைக் கழித்து, தைப் பொங்கலை தமிழ்க் கலாச்சார அடையளமாக மறு விவரிப்பு செய்துகொண்டோமே! மஞ்சு விரட்டு, ஜல்லிக் கட்டு என்ற மாடு பிடி 'தமிழர்களின் வீர விளையாட்டு' என்ற பெயரோடு அடையாள அரசியலுக்கு வலு சேர்த்ததும் நமக்குத் தெரியும்.

கட்டிச் சோடித்த தமிழ் அடையாளத்தை, தெய்வத்தையும் சமயத்தையும் கழித்து வலுப்படுத்த இயலாது என்பது இப்போது

புரிந்துவிட்டது. இந்தப் புரிதல் மட்டுமே புதிதாக வந்தது; மற்றவை வழக்கமானவைதான். ஆக, முத்தமிழ் முருகன் மாநாடு நாம் அமைத்துக்கொண்ட தமிழ் அடையாளத்துக்கு மறு விவரிப்பு செய்துகொள்ளும் முயற்சி. அடையாளங்கள் இப்படி அவ்வப்போது மறு விவரிப்பு பெறுவது இயல்பு; அவை உறைந்து, இறுகிப் போகாது. நாளையே, இதைவிடக் கோலாகலமான இன்னொரு மறுவிவரிப்புக்கு அவசியம் ஏற்படலாம். இந்த திசையிலேயே தமிழ் அடையாளம் மேலும் நெகிழக்கூடும்! 'ஒன்றே குலம்; ஒருவனே தேவன்'' என்பது இப்போது, ''அந்த ஒருவனும் முருகனே!' என்று சேர்த்துக்கொண்டால் யாருக்காவது அது ரசிக்காமல் போகுமா?

நாம் சோடித்த அடையாளம் எப்படி மறு விவரிப்பைப் பெறுகிறது என்பது மட்டுமே நம் அக்கறை. அது சரியா, தவறா என்பதெல்லாம் மற்றவர்களின் சிந்தனைச் சுதந்திரம். 'எல்லாம் முருகன் செயல்' என்று மக்கள் இருந்துவிடுவார்களானால் சமூக மாற்றத்துக்கு அவர்களின் பங்களிப்பை எப்படிப் பெறுவது? இந்தக் கோணத்திருந்து முருகன் மாநாட்டை சிலர் விமர்சிப்பதும் வழக்கமே. அது நம் விவாதப் பொருள் அல்ல.

முருகன் கடவுள்தான்; இருந்தாலும், 'முத்தமிழ் முருகன்' என்று தமிழோடு சேர்த்துச் சொல்லும்போது தமிழ் அடையாளம் நெகிழ்ந்து, அதற்கு இடம் கொடுத்துவிடுகிறது. கார்த்திகேயனும், சுப்ரமணியனும், சுவாமிநாதனும், சண்முகநாதனும் இந்தக் கலாச் சாரத் தளத்தில் இடம் சம்பாதிக்க முடியாது! 'முருகன் நம் சுவாமி மலை சுவாமிநாதன்தான்; வேறு யாருமல்ல' என்று நான் பழைய சமன்பாட்டை மறந்துவிடாமல் பிடித்துக்கொள்வது வேறு சங்கதி. அந்த சமன்பாட்டை அசக்குவதுதான் அடையாள அரசியல். இந்த அடையாள அரசியல் நம் பழைய முருகனுக்கு மறுநோக்கம் கற்பித்து, தன் வழியில் புதுப்பித்துக்கொள்கிறது.

இலக்கிய நாயகன் மட்டுமா?

தமிழர்களின் இலக்கிய ரசனைக்கு முருகன் இயல்பான பொருள். அவர்களின் கற்பனையில் முருகன் சட்டென்று பற்றிப் படர்ந்துகொள்வான். முருகன்-வள்ளி உறவில் தமிழின் அக இலக்கியக் கூறுகள் ரசமான வடிவமெடுக்கின்றன. பார்வதி கல்யாணம், மீனாட்சி திருமணமெல்லாம் இருந்தாலும் அன்றைய கிராமங்களில் வள்ளித் திருமண நாடகம்தான் பிரபலம். கிழவர் உருவில் வரும்

முருகனை வள்ளி பரிகசிப்பார். சித்தர் மொழியின் சந்தத்தில் 'பழுத்த பழம் தித்திக்குமடி, இந்தப் பாழும் காயெல்லாம் புளிக்குமடி' என்று அந்தப் பழுத்த கிழம் பாடுவதை இளைஞர்களும்தான் ரசித்தார்கள். தனியாக இருக்கும் வள்ளியிடம் தான் வந்ததற்கு சாக்குச் சொல்லும் 'தேடி வந்தேனே புள்ளி மானை-அது ஓடி வந்ததால் இங்கு நானே' என்ற முருகனின் பல்லவியை மறக்க முடியுமா? சிருங்காரத்தோடு நகைச் சுவையும் பிணைந்துகொண்ட வள்ளித் திருமண நாடகக் காட்சிகளைப் பார்த்துப் பார்த்து மக்கள் மாய்ந்துபோனார்கள்.

முருகனின் ஆறு முகங்களில் ஒன்று குற மகள் வள்ளியோடு சல்லாபிக்கிறது என்கிறார் நக்கீரர். சுப்ரமணிய மங்கள அஷ்டகத்தில் 'வள்ளியின் முகத் தாமரையில் தேன் பருகும் முருகனே' என்பது ஒரு வரி. கராவலம்பச் சுலோகங்களுக்கு 'வள்ளி மணவாளனே, என்னைக் கைதூக்கிவிடுவாய்' என்பது ஈற்றடி. ஸ்ரீ வள்ளி திரைப் படத்தின் 'சித்தம் அறிந்து வாடி: செவ்வேள் குமரன் சிந்தை அறிந்து வாடி' என்று நாயகி-சகி பாவத்தில் அமைந்த பதத்தை இன்றைக்கும் ரசிக் கிறோமே! க்ஷேத்ரக்ஞர் தன் பதங்களில் கோபாலனை வைத்துக் கொண்டாடிய அளவுக்கு இல்லையென்றாலும், வள்ளி நாயகனை அதற்கு ஒத்த இடத்தில் வைத்துத் தமிழர்கள் கொண்டாடி யிருக்கிறார்கள்.

ஒரு அடையாளத்தை மட்டும் நாம் தேர்ந்துகொள்ளும் போது இங்குள்ள மற்ற கலாச்சார அடையாளங்களை ஒதுக்கிவிடுகிறோம். தேர்ந்துகொள்ளும் செயல்கள் எல்லாவற்றுக்கும் பொதுவானது இந்தக் குறைபாடு. இதுவும் ஒரு வகை கலாச்சார ஆதிபத்யம். அடையாள அரசியலில் இன்னொரு குறையும் உண்டு. நான் அடையாளப்படுத்திய கலாச்சரம்தான் தமிழர்களின் பூர்வ கலாச் சாரம்; மற்றவற்றைவிட அதற்கு அரசியல் அதிகாரத்துக்கான உரிமை அதிகம் என்ற இடத்துக்கு அது எளிதாக நகரக்கூடும். இந்த இடத்துக்கு நம் கலாச்சாரங்களிடையே ஒரு புதுப் போட்டியை உருவாக்குவதும் அடையாள அரசியலே. அநேகமாக தமிழ்க் கலாச்சார அடையாளம் தனக்குப் போட்டியாக எதிரே வைத்து இயங்கும் அந்த கலாச்சாரமும் நாமே கட்டி உருவாக்குவதுதான்.

இலக்கிய நாயகனாக வைத்தே, முருகனைச் சமயம் கழிந்த கலாச்சார அடையாளமாக்கிக்கொள்வது சாத்தியமா என்பதை நான் அறியேன். திருப்பரங்குன்றத்து முருகனைப் பாடும் நக்கீரர் அவன் பாதங்களை, 'தான்' எனும் நினைவு கட்டுவிட்டுச் சிதறும் இடமாகச் சொல்கிறார். அது பல இந்தியச் சமயங்களின் ஆதாரக் கோட்பாடு என்பதை மட்டும் அறிவேன். தமிழ் அடையாளத்தின் அடுத்த நகர்வு எந்தப் புள்ளிக்கு?

(இந்து தமிழ் திசை, 06.09.2024.
தலைப்பு: 'திராவிட அரசு முருகனைக் கொண்டாடுவது திருப்பு முனையா?'
சில திருத்தங்களுடன்.)